ડૉ. જાનકી નિમિષ પટેલ

નવસર્જન પબ્લિકેશન
૨૦૨, પેલિકન હાઉસ
ગુજરાત ચેમ્બર ઑફ કૉમર્સ કમ્પાઉન્ડ
આશ્રમ રોડ, અમદાવાદ – ૩૮૦ ૦૦૯
ફોન : (૦૭૯) ૨૬૫૮૩૭૮૭, ૨૬૫૮૦૩૬૫

DIET FOR DISEASE
by Dr. Janki Nimish Patel
Navsarjan Publication, Ahmedabad-9
2013

ISBN : 978-93-81443-73-6

પ્રથમ આવૃત્તિ : ૨૦૧૩

કિંમત : ₹ ૧૫૦-૦૦

**પ્રકાશક**
જયેશ પી. શાહ
**નવસર્જન પબ્લિકેશન**
૨૦૨, પૅલિકન હાઉસ
ગુજરાત ચેમ્બર ઑફ કૉમર્સ કમ્પાઉન્ડ
આશ્રમ રોડ, અમદાવાદ - ૩૮૦ ૦૦૯
ફોન : (૦૭૯) ૨૬૫૮૩૭૮૭, ૨૬૫૮૦૩૬૫

ટાઈપ સેટિંગ
**સ્ટાઈલસ ગ્રાફિક્સ**
અમદાવાદ

મુદ્રક
**પ્રિન્ટ કોન**
અમદાવાદ

# અર્પણ

મારી બાળપણની આરોગ્યની સમસ્યા સામે ઝઝૂમી,

મને વિશ્વ કક્ષાની ટ્રીટમેન્ટ અને સુંદર જીવન આપનાર

તથા

કેન્સર જેવા ભયંકર રોગના સફળ, વિશ્વ વિખ્યાત કેન્સર સર્જન

મારા વ્હાલા પપ્પાને આ પુસ્તક

હું ખૂબ માન અને પ્રેમ સાથે તથા મારા સદ્‍ગુરુને

વંદન કરીને અર્પણ કરું છું.

# પ્રસ્તાવના

રોગો અને આહારનો સંબંધ બહુ જૂનો છે. આયુર્વેદમાં જુદા જુદા રોગમાં અમુક ખોરાકની 'ચરી' પાળવાની હોય છે. જેમાં અમુક પદાર્થો બિલકુલ બંધ અને અમુક પદાર્થો ઓછા લેવાના હોય છે. એલોપથી અથવા મોડર્ન મેડિસીનમાં પણ આ પ્રેક્ટિસ છે જ, જે ડાયેટ થેરાપી તરીકે ઓળખાય છે. મોટી હૉસ્પિટલોમાં દર્દીના રોગ પ્રમાણે આખા દિવસનો ડાયેટ પ્લાન કરવાનું કામ ડાયેટીશ્યન જ કરે છે. જેમાં વ્યક્તિની ઉંમર, વજન, રોગ, એલર્જી, સર્જરી વગેરેની પરિસ્થિતિ મુજબ ડાયટ આપવામાં આવે છે. કઈ વસ્તુ ન લેવી તે પણ કહેવામાં આવે છે.

કયા રોગમાં કયો આહાર વર્જિત છે, કયો આહાર ઓછો આપવો અને કેવો અને કયો આહાર છૂટથી આપવો તે સમજી લેવામાં આવે તો ઘરમાં પણ આપણે દર્દીના ખોરાકની કાળજી લઈ શકીએ.

ન્યુટ્રિશન અને હેલ્થ ઉપર 'ડાયેટ ઍન્ડ ડિસીઝ' એ મારું ત્રીજું પુસ્તક છે. આ પુસ્તકમાં જુદા-જુદા નાના રોગોથી માંડીને મોટા રોગોમાં કેવો ખોરાક લેવો તેની શક્ય તેટલી સરળ સમજૂતી આપી છે. આ પુસ્તક ચીવટપૂર્વક વાંચવાથી એક ગૃહિણીને અથવા કોઈ પણ સામાન્ય માણસને રોગના ડાયટ વિશે ખ્યાલ આવી શકશે.

ડૉક્ટર કુટુંબમાં જન્મ અને ઉછેર અને ન્યુટ્રિશનનો અભ્યાસ આ બે પરિબળો ભેગાં થયાં છે અને તેને કારણે આ વિષયમાં મને રસ પડ્યો છે. આશા છે કે નોન-મેડિકલ વ્યક્તિ પણ આ પુસ્તકની માહિતી સમજી શકશે અને અમલમાં મૂકી શકશે.

**- ડૉ. જાનકી નિમિષ પટેલ**

ન્યુટ્રિશન કન્સલ્ટન્ટ ઍન્ડ ડાયેટીશ્યન
"હેલ્ધી માઈન્ડસ", ૪૫૦, અભિશ્રી કૉમ્પ્લેક્સ,
સ્ટાર બજાર સામે, સેટેલાઈટ,
અમદાવાદ-૩૮૦ ૦૧૫
મોબાઈલ : ૯૪૨૬૪૦૮૮૪૭

# અનુક્રમ

# ૧

# રોગોમાં આહારની અગત્યતા, આહાર અને રોગોનો સંબંધ

*'What so ever was the father of a disease, an ill diet was the mother.'*

**- Chinese Proverb**

'ડાયેટ' શબ્દને વિસ્તૃત પદ્ધતિથી છતાં સરળ રીતે સમજવો જરૂરી છે. 'ડાયેટ આપવો' એટલે માત્ર વજન ઘટાડવા કે ફેટ લોસ માટે જ ન હોય પરંતુ શરીરમાં ઉદ્‌ભવેલા કોઈપણ રોગને અનુકૂળ આવે અને રોગને વધારે નહીં તેવો ખોરાક. જેને થેરાપેટિક ડાયેટ કહે છે.

'ડાયેટેટીક્સ' વિષય તમામ મેડિકલ ડૉક્ટર્સ ભણે છે અને દર્દીને રોગ માટે આહારની જાણકારી આપે છે.. જો કે આ કામ ડાયેટિશ્યનનું છે. હવે આપણા દેશમાં મોટાભાગના મલ્ટીસ્પેશ્યાલિટી હૉસ્પિટલ પોતાના ડાયેટિશ્યન રાખતા હોય છે. પરંતુ દુ:ખની વાત છે કે ન્યુટ્રિશન કન્સલ્ટન્ટ કે ડાયેટિશ્યનને મળવાની જાગૃતિ સામાન્ય લોકોમાં નથી, જે ખરેખર તો ખૂબ જ જરૂરી છે. સામાન્ય ઈન્ફેક્શનથી લઈને મોટામાં મોટા રોગ માટે આહાર દવાનું કામ કરે છે અને મેડિકલ ટ્રીટમેન્ટને મદદ પણ કરે છે. પુઅર લાઈફસ્ટાઈલ ડિસીઝ કે વારસાને બદલી ન શકાય પણ ખોરાક તો ચોક્કસ બદલી શકાય ! જો આપણને ખબર છે કે વારસામાં આપણને કોઈ રોગ આવવાની શક્યતા છે તો સમયસર ચેતીને ખોરાક અંગે જાગૃતિ લાવવાથી વારસાગત રોગોને થોડા પાછા ઠેલી શકાય છે. પૌષ્ટિક આહાર કે ખોટો આહાર કેટલા ફાયદા અને કેટલું નુકસાન કરે છે જુઓ !

- નેત્રમણિની રક્ષા કરી મોતિયો આવતો લંબાવી શકે છે.
- શ્વાસને લગતા પ્રશ્નો મટાડે છે. ખાસ કરીને એલર્જી, અસ્થમા, કફ અને ઉધરસ.

- અમુક ખોરાક એવા તત્ત્વો બનાવે છે કે જે રૂમેટોઇડ આર્થરાઇટીસના સોજા અને દુઃખાવો વધારે છે. જ્યારે કેટલાક ખોરાક તેને ઘટાડે છે.

- અમુક ખોરાકથી 'ફૂડ માઇગ્રેન' કે અસ્થમાની તકલીફો થાય છે.

- ફ્રી રેડિકલ્સ બનાવનાર એન્ટી ઑક્સિડન્ટ પદાર્થો ફળ અને શાકમાંથી મળે છે.

- ઇમ્યુનિટી, યુથ, વીગર- આ બધું પૌષ્ટિક આહારની દેન છે.

રોગ માટેના ખાસ ખોરાકને 'થેરાપેટિક ડાયટ કહે છે. તો પછી રોજના આહારમાં અને થેરાપેટિક ડાયેટમાં જુદું શું છે? આમ જુઓ તો ઘણું બધું. કોઈપણ વ્યક્તિને માંદગીમાં જુદો ખોરાક ક્યારે આપવો તે જોઈએ.

- ભૂખ મરી ગઈ હોય, જઠર કે આંતરડાના રોગ થયા હોય કે જેમાં સાદો ખોરાક લઈ શકાતો ન હોય.
- ખૂબ માનસિક તાણ રહેતી હોય અને ખાવાની રૂચિ ન હોય.
- પ્રેગનન્સી દરમિયાન કોઈ રોગ થયો હોય અથવા ખોરાકના શોષણની તકલીફ હોય.
- દવાની આડઅસરમાં ખોરાક વિપરીત અસર કરે અને ઝાડા-ઊલટી કે ઍસિડીટી ખૂબ રહેતી હોય ત્યારે.
- અમુક રોગોમાં શરીરમાંથી પ્રોટીન, વિટામિન બી કૉમ્પલેક્સ અથવા આયર્ન ખૂબ જ ઘટી ગયું હોય ત્યારે થેરાપેટિક ડાયટ જરૂરી છે.

## શું તમે જાણો છો કે?

- કેટલીક દવામાં જે આલ્કોહોલ આવે છે તે વિટામિન B Complex, ફોલિક ઍસિડ, કેલ્શિયમ અને ઝીંક પર ખરાબ અસર કરીને તેમની અછત ઊભી કરે છે? આવી દવાઓ રોજ લેતાં હોઈએ તો સાથે સાથે મલ્ટી વિટામિન અને મલ્ટી મિનરલની ટેબ્લેટ પણ લેવી જોઈએ.
- વારંવાર ઍસિડીટીની કે કૉન્સ્ટીપેશનની દવા લેનારાઓના શરીરમાં વિટામિન અને મિનરલ્સ ઘટે છે?
- એલર્જી માટેની એન્ટીહિસ્ટામિનિક દવા વજન વધારી શકે?

- એસ્પીરીન ગોળી આયર્નનું શોષણ રોકે છે ?
- સ્ટીરોઈડની ગોળીઓ લાંબો સમય લેવાથી હાડકાં નબળાં પડી શકે છે અને શરીરમાં ખાંડનું પ્રમાણ વધારે રહેવાથી ડાયાબિટીસ થઈ શકે છે ?

કોઈપણ રોગનો દર્દી કે તેના કુટુંબીજનો આમાંનું ખાસ કંઈ જાણતા નથી. રોગનો આહાર નક્કી કરતા પહેલા ખોરાકની એલર્જી, કામનો પ્રકાર, જીવનશૈલી, કસરત બધું જોવામાં આવે છે. ત્યાર પછી રોગને અનુરૂપ આહારનું પ્લાનિંગ થાય છે.

કોઈપણ બીમાર વ્યક્તિને ખોરાક આપતા પહેલા નીચેના મુદ્દા જરૂર સમજવા.

- જો માંદી વ્યક્તિ પથારીમાં જ રહેતી હોય અને ખાસ હલનચલન ન કરી શકે તો થોડો ઓછો ખોરાક લે તો ચાલે. કેમ કે શરીર કોઈ પ્રવૃત્તિ કરતું નથી. આથી વધારે ખાવાની જરૂર નથી. પ્રવૃત્તિનો અભાવ હોય અને વધુ ખોરાક લેવાય તો પાચનમાં તકલીફ પડે છે અને વજન પણ વધી શકે.
- તાવ આવવાનો ચાલુ જ હોય કે પછી ઑપરેશન કર્યા પછીના દિવસો હોય તો ખોરાક સરખો આપવો કારણકે સર્જરીને લીધે ઘણી શક્તિ વેડફાય છે અને તાવમાં પણ ઘણી શક્તિ વપરાઈને સ્નાયુઓનું પ્રોટીન ઘટે છે. નબળાઈ, ઑપરેશનનો શ્રમ હોવાથી જો પોષણની જરૂરિયાત ભરપાઈ થાય તો દર્દી ઝટ સાજો થશે.
- પાતળા દર્દીને ઓછી માત્રામાં વધારે કેલરી આપવા માટે અનાજ, હોલ મિલ્ક, માખણ, દહીં, ચીઝ જુદા જુદા સ્વરૂપે આપી શકાય.
- જાડા દર્દીને શું ખવડાવવું તે પ્રશ્ન રહે છે. તેના વજનમાં વધારો ન થાય, ચરબીના કોષ ઘટે પણ પ્રોટીનના માંસયુક્ત કોષ વધુ બને તે માટે વધુ પ્રમાણમાં સ્કીમ મિલ્ક, શાકભાજી, ફળ, ઈંડાનો સફેદ ભાગ, માછલી, ફણગાવેલા કઠોળ, અનાજ અને દાળો આપવી.
- તાવમાં પ્રોટીન આપવું ખૂબ જરૂરી છે. પરંતુ આંતરડાના અમુક રોગમાં દૂધ પચતું નથી અથવા ડાયેરિયા રહે છે. કઠોળ કેટલીકવાર ગૅસ કરે છે. વળી, એન્ટિબાયોટિક દવાઓને લીધે પેટ અપસેટ રહેતું હોય છે. આ સમયે શ્રેષ્ઠ ઉપાય છે – પ્રોટીનયુક્ત પાવડર. જ્યારે લોહીમાં આલ્બ્યુમીન પ્રોટીન ઘટી જાય ત્યારે સોયા, વ્હે, સ્કીમ મિલ્ક કે અન્ય ચીજોમાંથી બનેલ પ્રોટીન પાવડર સારા પડે છે. વ્હે પ્રોટીન પચવામાં સરળ અને ગુણમાં ઉત્તમ છે.

- સિરોસીસ ઑફ લિવર, નેફ્રોસીસ, ટી.બી., એનિમિક પ્રેગ્નન્સી આ બધામાં હાઈ પ્રોટીન ફૂડ તરીકે દૂધ, વ્હે પ્રોટીન, પનીર, ઉગાડેલા મગનો પાવડર, ચણાની દાળ, વટાણા, મશરૂમ અને અનાજ-કઠોળની મિક્સ વાનગીઓ આપવી.

- કીડનીના દર્દી માટે વિકટ સમસ્યા એ હોય છે કે પ્રોટીન નહીંવત કે સાવ બંધ કરવાનું રહે છે. ત્યારે દૂધ, ઈંડા, કઠોળ બંધ કરી દેવા જરૂરી છે પણ કેલરી મેળવવા અને પેટ ભરવા માટે કંદમૂળ, ફળ, શાક, ફળના રસ અને અનાજ મદદે આવે છે. કૉલેસ્ટરોલની તકલીફ ન હોય તો બિસ્કિટ પણ લઈ શકાય.

- પાણી આપવાની જરૂરિયાત અચૂક સાચવવી. સામાન્ય બીમારીમાં સારા પ્રમાણમાં સાદું પાણી અને લીંબુ પાણી, નાળિયેર પાણી, છાશ વગેરે આપતા રહેવાથી યુરિનનો નિકાલ બરાબર થાય છે જેમાં શરીરના ઝેરી તત્ત્વો નીકળે છે. જ્યારે કિડનીના દર્દીને અમુક પ્રમાણમાં યુરિનનો આઉટપુટ જરૂરી હોય ત્યારે પ્રવાહીનું ધ્યાન ઘણું વધારે રાખવું.

માંદી વ્યક્તિને ખોરાક આપવામાં ખૂબ ચોકસાઈ જરૂરી છે. કોઈપણ વસ્તુ તેના પ્રમાણ કરતા વધારે કે ઓછી લેવાય તો રોગની સ્થિતિ બગડી શકે. દરેક વ્યક્તિ જુદી હોવાથી શરીરની પ્રકૃતિ, બંધારણ, પોષકતત્ત્વની જરૂરિયાત, પાચન આ બધું જોઈને આહાર આપવો.

## થેરાપેટિક ડાયટના પ્રકાર

- હૉસ્પિટલમાં દર્દીને અપાતા ડાયટને ઘરમાં પણ આપી શકાય છે. જરૂરત માત્ર એટલું જાણવાની જરૂર છે કે કેવા પ્રકારના ડાયેટમાં શું આવશે ?

**૧. લિક્વિડ ડાયટ :** જ્યારે દર્દી ચાવી ન શકે તેવી સ્થિતિમાં હોય, મોઢાની સર્જરી કરી હોય,જ્યારે ટ્યૂબ દ્વારા ફિડિંગ આપવામાં આવતું હોય ત્યારે અથવા પાચનતંત્રના રોગ હોય કે પછી વધુ ખોરાક લઈ શકે તેમ ન હોય ત્યારે લિક્વિડ ડાયટ આપવો.

**લિક્વિડ ડાયટ બે પ્રકારના છે :** ક્લિયર લિક્વિડ અને ફુલ લિક્વિડ. ક્લિયર લિક્વિડ ગાળેલો, પાતળો, સંપૂર્ણ પારદર્શક, અનાજ કે શાકના કણ વગરનો હોય છે. જ્યારે ફુલ લિક્વિડમાં ખોરાકના કણ હોઈ શકે છે.

| ક્લિયર લિક્વિડ | ફુલ લિક્વિડ |
|---|---|
| બ્લેક ટી, બ્લેક કૉફી, પનીરનું પાણી, ક્લિયર વેજીટેબલ સૂપ, દાળનું પાણી, મગનું પાણી, નાળિયેર પાણી, ફળના રસ, લીંબુનું શરબત, પાતળી છાશ, ગંઠોડાનું પાણી | લોટની રાબ, ચા, દૂધ, કૉફી, વેજીટેબલ સૂપ, મિલ્ક શેક, પ્રોટીન મિલ્ક, લસ્સી, ઉકાળો, એગનોગ (ઈંડાનો મિલ્ક શેક) કાંજી, ફીરની, કસ્ટર્ડ, સૉસ, દાળ ભૈડકું, ઘેંસ, પાણીમાં વ્હે પ્રોટીન |

**૨. સૉફ્ટ ડાયેટ :** રાંધેલો ખોરાક ખૂબ પોચા સ્વરૂપે આપવો. વધારે ખોરાક આપવો ન પડે છતાં થોડું ખાય અને ગળેથી ઊતરી જાય અને સરસ પચી જાય તે છે સોફ્ટ ડાયેટ.

**સૉફ્ટ ડાયેટ :**

બાફેલાં ઈંડાં, લચકો દાળ, દૂધમાં પલાળેલા સિરિયલ, ઓટમીલ, પોચા ફળ, રાંધેલા ફળ, ખીર, ખીચડી, દાળ-ભાત, ઉપમા, બેકડીશ, ફ્રૂટસલાડ, બાફેલા બટાકા- શક્કરિયા, ઘેંસ, મોગરદાળ, બ્રેડપુડિંગ

ઘરમાં આપવા માટે સામાન્ય ખોરાક સિવાય ઉપરના આ બે પ્રકાર આવે છે. દર્દીની સ્થિતિ ક્રિટિકલ હોય ત્યારે હૉસ્પિટલમાં ટ્યૂબ ફિડિંગ, મિકેનિકલ ડાયટ, રિસ્ટ્રિકટેડ ડાયટ કે હાય રેસીડ્યુ ડાયટ આપે છે. પરંતુ ઘરમાં રોજના આહારમાં નાના-મોટા ફેરફાર કરી માંદી વ્યક્તિને પોષણ સાથે સ્વાસ્થ્ય આપી શકાય છે.

# ૨
# સામાન્ય તાવ, ટાઇફોઇડ અને ટી.બી.

સામાન્ય તાવ શરદી, ઈન્ફેક્શન અથવા બીજા જુદા જુદા કારણોસર આવતો હોય છે. તે સામાન્ય રીતે બે દિવસથી લઈને અઠવાડિયા સુધી ચાલી શકે છે. તાવમાં શરીરનું મેટાબોલીઝમ ફાસ્ટ થઈ જવાથી ઘણી કેલરી વપરાય છે અને વ્યક્તિને અશક્તિ પણ લાગે છે. સામાન્ય તાવમાં જેટલો હળવો ખોરાક લેવાય તેટલો સારો. ખોરાકનું પ્રમાણ કદાચ ઘટી જાય પણ પોષણ મળી રહે તે જોવું. તાવ દરમ્યાન વિટામિન C અને મિનરલ્સવાળા પદાર્થો લેવા. તાવ આવ્યો હોય ત્યારે એક દિવસનું ડાયટ પ્લાન આ પ્રમાણે હોઈ શકે.

| સમય | આહાર | પ્રમાણ |
|---|---|---|
| ૭-૦૦ | ચા/કોફી/દૂધ | ૨૫૦ મિ.લી (૧ કપ) |
| ૯-૦૦ | નારંગી-સફરજન મિક્સ જ્યૂસ | ૨૫૦ મિ.લી. (૧ કપ) |
| ૧૨-૦૦ | ટામેટાનો સૂપ | ૨૫૦ મિ.લી. (૧ કપ) |
| | ભાત અને દહીં | ૧૦૦ ગ્રામ |
| ૨-૩૦ | છાશ | ૨૫૦ મિ.લી. (૧ કપ) |
| ૪-૩૦ | ચા/ગંઠોડાનો ઉકાળો | ૨૫૦ મિ.લી. (૧ કપ) |
| ૭-૦૦ | દૂધીનો સૂપ | ૨૦૦ મિ.લી. (૩/૪ કપ) |
| ૮-૩૦ | ઢીલી ખીચડી | ૫૦ ગ્રામ |
| | દૂધ | ૨૦૦ મિ.લી. (૩/૪ કપ) |

## તાવ માટેની થોડી ટિપ્સ

- તાવ દરમિયાન ખોરાક દ્વારા કેલરી અને પોષણ આપવા માટે ખાંડ, મધ, ગ્લુકોઝ, પ્રોટીન પાવડર આપવા. જો ડાયાબિટીસ ન હોય તો ખાંડ કે મધ છૂટથી વાપરી શકાય છે. ડાયાબિટીસ હોય તો કેલરી વધારવા માટે થેરાપેટિક પાવડર, ક્રીમ, બટર વગેરે થોડા પ્રમાણમાં વાપરી શકાય.
- સામાન્ય તાવમાં પોષકતત્ત્વોના પ્રમાણમાં, ખોરાકના, સ્વરૂપમાં અને ખોરાકના પ્રમાણમાં ફેરફાર કરવો જરૂરી છે.
- લિવર અને પેન્ક્રીઆઝના રોગોમાં, એથરોસ્કેલરોસીસ કે હાઈકૉલેસ્ટોરલમાં 'ફેટ રિસ્ટ્રિક્ટેડ ડાયટ' આપવો પડે છે.
- રીનલ ડિસિઝ, ગાઉટ, નેફ્રાઈટીસ કે અન્ય તકલીફોમાં 'પ્રોટીન રિસ્ટ્રિકટેડ ડાયેટ' આપવો પડે છે.
- હાઈપરટૅન્શન, કાર્ડિયાક ડિસિઝ, સોજા અથવા એસાઈટીસ હોય તો 'સોડિયમ રિસ્ટ્રિક્ટેડ ડાયટ' પ્લાન કરવાનો રહે છે.

- તો હવે જોઈએ લાંબા સમયના તાવ સાથેના બે રોગ, ટાઈફૉઈડ અને ટી.બી.ના ડાયેટની પદ્ધતિ.

### ટાઇફોઇડ

ટાઈફૉઈડના દર્દીને અનુકૂળ આવે તેવો ડાયટ અહીં આપ્યો છે.

| સમય | પ્રવાહી/ખોરાક | પ્રમાણ |
|---|---|---|
| સવારે ૭-૦૦ | ચા | ૧ કપ |
| સવારે ૯-૦૦ | ઉકાળો, ૧ કેળું | ૧ કપ |
| બપોરે ૧૨-૦૦ | દાળ | ૧ વાડકી |
| | ભાત | ૨ ચમચા |
| | દૂધીનું શાક | ૧ વાડકી |
| | દહીં | ૧ વાડકી |
| બપોરે ૩-૦૦ | નારંગીનો રસ | ૧ ગ્લાસ |
| સાંજે ૫-૦૦ | ટામેટા-ગાજરનો સૂપ | ૧ કપ |
| રાત્રે ૭-૩૦ | મગની દાળ-ચોખાની ખીચડી | ૧ વાડકી |
| | કોળાનું રસાવાળું શાક | ૧ વાડકી |

ટાઈફૉઈડના આ ડાયટમાં મોટેભાગે લિક્વિડ અને સૉફ્ટ વાનગીઓ છે. થોડું થોડું ખાવાથી પેટમાં ભાર પડતો નથી છતાંય પોષણ મળે છે અને પચી શકે છે. દિવસમાં પાંચથી આઠ મીની મીલ આપવા.

## ટ્યૂબરકીલોસીસ (ટી.બી.)

ટી.બી. રોગ 'ટ્યૂબરકલબેસીલસ' નામના જીવાણુ ફેલાવે છે. ટીબીમાં મોટે ભાગે ફેફસા વધારે પકડાય છે. આ ઉપરાંત હાડકા, પેટ કે કિડનીમાં પણ ચેપ લાગે છે.

ટી.બી.ના ખોરાકને સરળ રીતે સમજીએ.

ટી.બી.પેશન્ટનું પૌષ્ટિક ડાયેટ પ્લાન :

| સમય | પ્રવાહી/ખોરાક | પ્રમાણ |
|---|---|---|
| સવારે ૭-૦૦ | આદુવાળી ચા | ૧ કપ (૨૦૦ મિલી) |
| સવારે ૮-૩૦ | પ્રોટીનેક્સવાળું દૂધ | ૧ ગ્લાસ (૨૫૦ મિ.લી) |
| | કેળું | ૧ નંગ |
| સવારે ૧૦-૩૦ | ચીઝ સૅન્ડવિચ | ૧ નંગ (૨ બ્રેડ) |
| | નારંગીનો રસ | ૧ ગ્લાસ |
| બપોરે ૧-૦૦ | રોટલી (સોયાબીન લોટ મિક્સ) | ૪ નંગ |
| | દાળ | ૧ વાડકી |
| | વટાણા-રીંગણનું શાક | ૧/૨ વાડકી |
| | ભાત | ૧/૨ વાડકી |
| બપોરે ૩-૦૦ | દહીં | ૧ વાડકી |
| બપોરે ૪-૩૦ | વ્હે પ્રોટીન શેક/સોયામિલ્ક | ૧ ગ્લાસ |
| | બટાકાપૌંઆ | ૫૦ ગ્રામ |
| સાંજે ૭-૦૦ | મિક્સ વેજીટેબલ સૂપ | ૧ વાડકી |
| સાંજે ૮-૦૦ | પરોઠા કે ભાખરી (દૂધથી લોટ બાંધવો) | ૩ નંગ |
| | પાલક-પનીર | ૧ વાડકી |
| | વેજીટેબલ પુલાવ | ૧/૨ વાડકી |

ટી.બી. અને ટાઈફોઈડ બંને રોગોમાં કેલરીની જરૂરિયાત ઘણી વધે છે પરંતુ ટી.બીમાં પ્રોટીનની જરૂરિયાત પણ વધી જાય છે. વળી ટી.બી.ની દવાઓને કારણે વ્યક્તિને ખોરાક ખાવાની ઈચ્છા થતી નથી. આથી ઓછા પ્રમાણમાં વધારે પોષણ મળે તેવો ખોરાક આપવો.

ટી.બી.ની દવાની આડઅસરથી દર્દીને ખાવાની ઈચ્છા મરી જાય છે. તે સમયે ઓછા પ્રમાણમાં ખોરાક આપવો અને તેમાં વધુ પોષકતત્ત્વો જાય તેમ કરવું. દા.ત. નીચે કેટલીક વાનગી છે જે થોડી ખાવા છતાં કેલરી અને પોષણ વધારે આપે છે.

- ફળના રસમાં ૧ ચમચી મધ, ૨ ચમચી વ્હે પ્રોટીન (ફ્લેવર વગરનું) ઉમેરવું.
- છ થી સાત બદામના છોડા કાઢી ક્રશ કરવી. આ પેસ્ટનો શીરો પણ બને અને દૂધમાં નાંખીને પણ અપાય.
- ૧ ગ્લાસ દૂધ ઉકાળી, થોડું જાડું થતા ઠંડું પાડી તેમાં ઈંડું બીટ કરીને egg nog (ઇંડાનો મિલ્કશેક) બનાવવો
- દૂધમાંથી પનીર બનાવવું. તેને ખૂબ મસળીને તેમાં મિલ્ક પાવડર, ચૉકલેટ પાવડર અથવા ફણગાવેલા મગનો પાવડર મિક્સ કરી બોલ્સ બનાવવા.

ટૂંકમાં તાવની જે પરિસ્થિતિમાં પ્રોટીન અને અન્ય ઘટકો વધુ આપવાના હોય અને દર્દી વધુ ખાવા તૈયાર ન હોય ત્યારે આવું કરી શકાય.

# 3
# પાચનતંત્રના રોગો

ખોટી આદતો, બેદરકારી અને અયોગ્ય ખોરાકના ફળસ્વરૂપે પાચનતંત્રના જાત જાતના રોગોને આપણે સામેથી આમંત્રણ આપીએ છીએ. પેપ્ટીક અલ્સર હોય, કોલાઇટીસ હોય કે પછી અપચો અને ગૅસ હોય, મોટે ભાગે ખોટી જીવનશૈલી અને ખોરાક તેના મૂળમાં હોય જ છે. આ રોગોમાં ડૉકટર ખોરાકની કાળજી રાખવાનું ચોક્કસ કહે છે. ખોરાક મોઢામાંથી નીચે ગયા બાદ સહુથી પહેલું કામ પાચનતંત્ર જ કરે છે. માટે ખાવાની ટેવો, ખોરાકનો પ્રકાર અને ખોરાકની પૌષ્ટિકતા વડે આપણે પાચનતંત્રને સ્વસ્થ રાખી શકીએ છીએ. જઠર, આંતરડા, યકૃત અને મળદ્વાર આ બધા અવયવો આપણી જ ખોટી ટેવોથી પીડાય છે અને જાત-જાતના રોગો ઊભા થાય છે. અમુક પ્રકારના રોગોમાં દવાથી રાહત ન મળે તો અંતે સર્જરીની મદદ પણ લેવી પડે. પરંતુ આપણે શા માટે ખોરાકની મદદથી જ રોગ ન મટાડીએ ? ઘણાં લોકોને એવી ટેવ હોય છે કે મન ફાવે તે ખાવું અથવા મન ફાવે ત્યારે ખાવું અને પછી ઍસિડીટીની ગોળી, ઈનો, હરડે, થમ્સઅપ વગેરેની મદદથી પાચનતંત્રની નાની-મોટી તકલીફોને દબાવી દેવી. પછી તે તકલીફ મોટા સ્વરૂપે માથું ઊંચકે ત્યારે ઘણી હેરાનગતિ અનુભવવી પડે છે. આવી જ રીતે પેપ્ટિક અલ્સર અને અલ્સરેટીવ કોલાઇટીસ થાય છે.

## ૧. પેપ્ટીક અલ્સર :

જઠર અથવા આંતરડાના જે ભાગમાં પાચક રસ વધારે પડે અને અંદરની ચામડીના સીધા સંપર્કમાં આવે ત્યાં ક્યારેક ચાંદું કે અલ્સર થાય, તે પેપ્ટીક અલ્સર છે. મોટેભાગે તે જઠરની નીચેના ભાગે કે અન્નનળીના નીચેના ભાગે થાય છે.

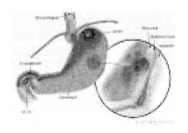

- લાંબો સમય ભૂખ્યા રહેનારા લોકો, જલ્દી ગુસ્સે થતાં કે ટેન્શનમાં આવતા લોકો અલ્સરના દર્દી બની શકે છે.

- વધુ પડતા તીખા, ખાટા, તળેલા પદાર્થ ખાવાથી વધુ ઍસિડીક પાચક રસ નીકળે છે જે અલ્સરનું કારણ બને છે.

- વારંવાર ચા-કૉફી પીનારા, આલ્કોહોલ પીનારા કે સ્મોકિંગ કરનારા પણ અલ્સરના બ્લેકલીસ્ટમાં ખરા જ.

- વધુ પડતા ઉપવાસ કરવાથી શરીરમાં ખાંડ ઘટી જાય છે. સાથે-સાથે જઠર ઍસિડીક બને છે. દિવસમાં પાંચ-છ કલાકથી વધુ જઠર ખાલી રહે તો પણ અલ્સરની અસર ઉદ્ભવી શકે.

- અલ્સરમાંથી બ્લિડિંગ થાય તો પ્રોટીનનું ઘણું નુકસાન થાય છે.

- માંસની વાનગી પ્રોટીન સભર હોવા છતાં ઉત્તેજનાત્મક ગુણ હોવાથી તકલીફ કરી શકે છે.

| કયા ખોરાક લઈ શકાય | કયા ખોરાક ન લઈ શકાય |
|---|---|
| દૂધ, પનીર, મોળું દહીં, ખીર, માવો, માંસના સૂપ, બાફેલું ઈંડું, આઈસક્રીમ, માછલી, ક્રીમ, માખણ, બાફેલા બટાકા, શક્કરિયા, દૂધી, ભાત, ખીચડી, બાફેલી દાળ, સૂપ, કેક, ફ્રૂટ સલાડ, જેલી, ફળ, રોટલી, રોટલા, પ્રોટીનવાળા બિસ્કિટ કે પાવડર, ઓટમીલ, સિરિયલ, મધ | મરી-મસાલા, કૉફી, કાર્બોનેટેડ પીણાં, આલ્કોહોલ, અથાણા, ફરસાણ, ચટણી વધુ પડતા ફાઈબર, કાચા સલાડ, અધકચરા રાંધેલા શાક, મસાલાવાળું માંસ |

# અલ્સર અને આહાર

## કેટલાક અગત્યના મુદ્દા

- ઘણા દર્દીઓને દૂધ રાહત આપે છે જ્યારે કેટલાકને દૂધ લેવાથી વધારે ઍસિડીટી થાય છે.
- માંસવાળા સૂપ જમવાના કલાક પહેલા આપવાથી વધુ ઉત્તેજક નથી બનતા.
- અલ્સર માટે ચરબી મદદરૂપ છે કેમકે તે જઠરમાં લાંબો સમય રહે છે. વળી ચરબી જ્યારે જઠરમાંથી નીકળીને નાના આંતરડામાં જઈને પચે છે ત્યારે 'એન્ટેસોગેસ્ટ્રોન' બને છે જે પાચકરસને મંદ કરે છે. પાતળા દર્દીને ક્રીમ, માખણ, ઓલિવ ઑઈલ વગેરે આપી શકાય.
- તળેલા નાસ્તા આપવા યોગ્ય નથી કારણકે તે પચવામાં ભારે છે.
- વિટામિન બી કોમ્પ્લેક્સ અને વિટામિન સી જઠર કે આંતરડાની દીવાલ પર પડેલા ચાંદાને રૂઝવે છે.
- દર બેથી ત્રણ કલાકે થોડો ખોરાક અને આરામ જરૂરી છે.

### ૨. અલ્સરેટીવ કોલાઇટીસ :

'હરી વરી અને કરી' નો રોગ અટલે કોલાઈટીસ. ઘણીવાર કોલાઈટીસનાં લક્ષણો મરડા જેવા કે ડાયેરિયા જેવા હોય છે. કોલાઈટીસ એ આંતરડાના નીચેના ભાગમાં પડેલું ચાંદું છે. સોજો બળતરા અને વારેવારે મળવિસર્જન થવું એ તેનાં લક્ષણો છે.

વધુ પડતું ધમાલિયું, આરામના અભાવવાળું જીવન, સતત રહેતી તાણ કે ચિંતા, અતિશય શંકાશીલ, ચીડિયો, ગુસ્સાવાળો કે ટૅન્શનવાળો સ્વભાવ અને તીખું તમતમાટ ખાવાની ટેવ કોલાઈટીસના પાયામાં છે.

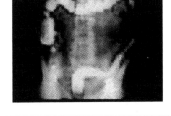

| કયા ખોરાક આપી શકાય | કયા ખોરાક ન આપી શકાય |
|---|---|
| રોટલી, ભાત, બ્રેડ, ખીચડી, રોટલા<br>બ્રેકફાસ્ટ સિરિયલ, ઓટમીલ, દાળ<br>દાળનું પાણી, ઈંડા, દૂધ, સૂપ, પૌંઆ<br>શાક, કંદમૂળ, મધ, જેલી, બિસ્કિટ<br>તાજા ફળ, પુડિંગ | ઓછા રંધાયેલા કઠોળ, સલાડ<br>કૉફી, આલ્કોહોલ, સૂકા મેવા,<br>મસાલા, પાપડ, અથાણા<br>કાર્બોનેટેડ પીણા |

એક્યુટ, ક્રોનિક કે બ્લિડિંગ કોલાઈટીસ માટે નીચેનો ડાયેટ ખૂબ ધ્યાનપૂર્વક પ્લાન કરેલો છે.

| સમય | ખોરાક/પ્રવાહી | પ્રમાણ |
|---|---|---|
| ૭-૩૦ | દૂધ | ૧ વાડકી |
| | અને બટાકાપૌંઆ | |
| | બાફેલા ઈંડા | ૨ નંગ |
| | બ્રેડ-બટર | ૨ સ્લાઈસ |
| ૧૦-૩૦ | સોય મિલ્ક | ૧ ટેટ્રા પેક |
| | અથવા સાબુદાણાની ખીર | ૧ વાડકો |
| ૧-૦૦ | બાફેલો બટાકો, બાફેલું ગાજર | બંને ૧ નંગ |
| | (આછા મસાલાવાળા) | |
| | દાળનું પાણી | ૧ વાડકી |
| | રોટલી | ૨ નંગ |
| | ભાત | ૨ ચમચા |
| ૪-૦૦ | ઠંડું દૂધ (પ્રોટીન પાવડરવાળું) | ૧ ગ્લાસ |
| | બિસ્કિટ (લો ફાઈબર) | ૨ નંગ |
| | અથવા | |
| | વ્હે પ્રોટીન શેક (પાણીમાં) | ૧ ગ્લાસ |
| ૮-૦૦ | મગની મોગરદાળની ખીચડી | ૧ વાડકી |
| | દૂધી-બટાકાનું શાક | ૧ વાડકી |
| ૯-૩૦ | કસ્ટર્ડ અથવા જેલી | ૧ વાડકી |

# ૩. ડાયેરિયા વર્સીસ કોન્સ્ટીપેશન !

ડાયેરિયા અને કબજિયાત પાચનતંત્રની અને મળનિકાલની એકબીજાની વિરુદ્ધ સ્થિતિ છે. બંધારણ વગરનો મળ અને વધારે પડતો કઠણ મળ આ વિરુદ્ધ પરિસ્થિતિમાં માણસ પરેશાન થાય છે અને પોષણને નુકસાન થાય છે. ખોરાકની ખોટી ટેવો આ બંને કારણ પાછળ જવાબદાર છે.

## ડાયેરિયા :

ડાયેરિયા થવાનું સહુથી સામાન્ય કારણ આપણે અપચો કે ફૂડ પોઈઝનિંગ સમજીએ છીએ પરંતુ તે સિવાય પણ કારણો હોય છે જેવા કે :

- હીટ ડાયેરિયા કે સમર ડાયેરિયા
- ક્રોનિક ડીસેન્ટ્રી (મરડો)
- હીટ ટ્રાવેલિંગ ડાયેરિયા
- ડાયાબીટિક ડાયેરિયા
- નર્વસ ડાયેરિયા
- પોષણના અભાવના કારણે
- કોલોન કેન્સર
- નાના આંતરડાની નબળાઈ
- કોલાઈટીસ

વગેરે...

ડાયેરિયા બે પ્રકારના થાય છે : એક્યુટ અને ક્રોનિક

એક્યુટ એટલે ખૂબ જ ગંભીર પ્રકારના ડાયેરિયા કે જે વાસી, ઈરીટેટિંગ કે અસ્વચ્છ ખોરાકથી થાય છે.

ક્રોનિક એટલે અવારનવાર થતાં ડાયેરિયા જે કોઈ ખાસ ખોરાકની એલર્જીથી, તીખું ખાવાથી અથવા તો મરડાને કારણે થાય છે.

- અવારનવાર કે એક દિવસે વધુ વાર થતા ડાયેરિયામાં શરીરમાંથી પાણી, સોડિયમ,

પોટેશિયમ, વિટામિન નીકળી જાય છે અને ખૂબ અશક્તિ આવે છે. પ્રસંગોપાત આવું થાય તો બીજા દિવસ સુધીમાં ઠીક થઈ જાય છે પણ ક્રોનિક ડાયેરિયામાં શરીરની પોષણની સ્થિતિ કથળી જાય છે. કેટલીકવાર ડિહાઈડ્રેશન થવાથી હૉસ્પિટલની ટ્રીટમેન્ટ લેવી પડે છે. ડાયેરિયામાં કેવી રીતે અને કયા ખોરાક દ્વારા પોષણ જાળવી શકાય તે જોઈએ.

| **આપી શકાય તેવા પદાર્થ**<br>**ડાયેરિયા ચાલુ હોય ત્યારે** | **ન આપી શકાય તેવા પદાર્થ**<br>**ડાયેરિયા ચાલુ હોય ત્યારે** |
|---|---|
| લીંબુ પાણી, દાડમનો રસ,<br>બ્લેક કૉફી, છાશ, પનીરનું પાણી,<br>સૂપ, મમરા, ખીચડી, ભાત,<br>ભેડકું, ઘેંસ, સફરજન, કેળું, દહીં<br>ઓ.આર.એસ., નાળિયેર પાણી | ઈંડા, શાક, પપૈયું, ભાજી, ઘી-તેલ,<br>દૂધ, ઘઉં, કઠોળ, બ્રેડ, નાસ્તા |
| **ડાયેરિયા બંધ હોય ત્યારે** | **ડાયેરિયા બંધ હોય ત્યારે** |
| સૂપ, ખીચડી, દાળ-ભાત, દહીં,<br>લસ્સી, સ્કીમ મિલ્ક, ચા,<br>કૉફી, રાબ, ફળના રસ,<br>બાજરીનો રોટલો, મગનું પાણી,<br>ખાખરો, મમરા, પૌંઆ | ચરબીવાળું દૂધ, કઠોળ, માંસ, ઠંડાં પીણાં,<br>બજારના નાસ્તા, તળેલી વાનગી,<br>સૂકા મેવા |

જ્યારે એક દિવસથી વધારે સમય ડાયેરીયા ચાલુ હોય ત્યારે એક દિવસનું નમૂનારૂપ ડાયેટ નીચે મુજબ હોઈ શકે.

| સમય | ખોરાક | પ્રમાણ |
|---|---|---|
| સવારે ૭-૦૦ | બ્લેક કૉફી/ બ્લેક ટી | ૧ કપ |
| સવારે ૮-૦૦ | સફરજન | ૧ નંગ |
| સવારે ૧૦-૦૦ | દાડમનો જ્યૂસ | ૧ ગ્લાસ |
| બપોરે ૧૨-૦૦ | બાફેલો બટાકો, | ૧ નંગ (નાનો) |
| | ભાત | ૧ ચમચો |
| | દાળનું પાણી | ૨ ચમચા |
| | દહીં | ૨ ચમચા |
| બપોરે ૪-૦૦ | બ્લેક કૉફી/ બ્લેક ટી | ૧ કપ |
| સાંજે ૫-૦૦ | મોસંબીનો જ્યૂસ | ૧ ગ્લાસ |
| સાંજે ૭-૩૦ | બાજરીનો નાનો રોટલો | ૧ નંગ |
| | ઢીલી ખીચડી | ૧ નંગ ચમચો |
| | દૂધીનું શાક અથવા દૂધીનો સૂપ | ૧ વાડકી/૧ કપ |

## ૪. કોન્સ્ટીપેશન

તંદુરસ્ત વ્યક્તિની મળ નિકાલ ક્રિયા આપમેળે થાય છે. ખોરાકનો પ્રકાર, પ્રમાણ, પાણીનું પ્રમાણ તથા શારીરિક પ્રવૃત્તિની તેની પર અસર થાય છે. કોન્સ્ટીપેશનમાં ક્યાં તો મળ નિકાલ થતો નથી, ક્યાં તો ખૂબ કઠણ બનવાથી જોર વડે નિકાલ કરવો પડે છે. કોન્સ્ટીપેશન ત્રણ કારણોથી થાય છે.

બહુ ઓછું પાણી પીનાર, ફાઈબર ખૂબ ઓછા લેનાર લોકોને **એટોનિક કોન્સ્ટીપેશન** થાય છે. ખોરાકમાં બી કૉમ્પ્લેક્સ વિટામિન અને પોટેશ્યમની અછત હોય ત્યારે પણ આ કોન્સ્ટીપેશન થશે.

મોટા આંતરડાના સ્નાયુ નબળા પડી જાય ત્યારે **સ્પાસ્ટીક કોન્સ્ટીપેશન** થાય છે. વારંવાર હરડે, દિવેલ, એન્ટાસિડ લેનારા લોકોને આ તકલીફ થાય છે.

મોટા આંતરડાના કેન્સરને લીધે **ઑબ્સ્ટ્રક્ટીવ કોન્સ્ટીપેશન** થાય છે.

## કોન્સ્ટીપેશન

| ઘટાડનાર ખોરાક | વધારનાર ખોરાક |
|---|---|
| માખણ, મધ, પાણી, દૂધ, અંજીર, ખજૂર, લીલી ભાજીઓ, કોબીજ, ગાજર, ડુંગળી, નારંગી, દ્રાક્ષ, પપૈયું, પાઇનેપલ, શક્કરિયા, કેળા જરદાલુ, છાસ | કૉફી, સફરજન, મેંદાની વાનગી, દાડમ |

- જો વધુ વજનવાળી વ્યક્તિ હોય તો માખણ કે તેલ ઓછા આપવા.
- ઘઉંના ફાડા, ઉપમા, વ્હીટ ફ્લેક્સ, ઓટ, મૂસલી, મળનો જથ્થો બનાવવામાં મદદ કરે છે.
- રોજનું ૧૦ ગ્લાસ પાણી અચૂક પીવું.

તો હવે જોઈએ કેવો હોય કોન્સ્ટીપેશનનો ડાયેટ પ્લાન.

| સમય | ખોરાક | પ્રમાણ |
|---|---|---|
| સવારે ૭-૦૦ | ગરમ પાણી | ૧ ગ્લાસ |
| | રાતે ૧/૨ કપ દૂધમાં પલાળેલા અંજીર | ૨ નંગ |
| સવારે ૭-૩૦ | ઓટમીલ (ગરમ) | ૧/૨ વાડકી |
| | અથવા | |
| | ટોસ્ટ અને માખણ | ૨ નંગ |
| સવારે ૧૦-૦૦ | કેળું | ૧ નંગ |
| બપોરે ૧૨-૦૦ | દાળ | ૧ વાડકી |
| | ભાત | ૧ વાડકી |
| | કોબી-કાકડી-ગાજરનું સેલડ | ૧/૨ વાડકી |
| | ગવાર-કોળાનું શાક | ૧ વાડકી |
| બપોરે ૩-૦૦ | છાશ | ૧ ગ્લાસ |
| સાંજે ૪-૩૦ | ચા | ૧ કપ |
| | થૂલાના બિસ્કિટ | ૨ નંગ |
| | અથવા ઉપમા | ૧/૨ વાડકી |
| સાંજે ૬-૩૦ | નારંગી | ૧ નંગ |
| રાતે ૮-૦૦ | પાલક-મગની દાળનું શાક | ૧ વાડકી |
| | ભાખરી (થૂલું મિક્સ) | ૩ નંગ |
| રાતે ૧૦-૦૦ | ગંઠોડાવાળું ગરમ દૂધ | ૧ ગ્લાસ |

## ૩.૫- ફેટી લિવર

ફેટી લિવર એટલે પેટની ઉપરની ચરબી ન સમજવી ! પરંતુ જઠરની અંદર ચરબી વધી જાય તે સ્થિતિ ફેટી લિવર છે. સામાન્ય રીતે લિવર કે જઠરમાં ચરબી ૧૦ ટકા કરતા પણ ઓછી હોય છે. આ પ્રમાણ વધી જાય તો ફેટી લિવર કહેવાય છે. ફેટી લિવરના દર્દીને તેના રોગના કારણ મુજબ ડાયેટ આપવો પડે છે.

### ફેટી લિવર ક્યારે થાય ?

- વ્યક્તિ પ્રોટીન બહુ જ ઓછું લે તો ફેટી લિવર થાય છે.
- જઠરમાં ચરબીવાળા ઍસિડ વધારે આવે ત્યારે,
- ચરબીનું દહન યોગ્ય રીતે ન થાય ત્યારે
- પ્રોટીન બનવાનું કુદરતી કામ અટકી જાય ત્યારે
- વધુ પડતો આલ્કોહોલ પીનારા, ભૂખમરા કે સ્થૂળતાની સ્થિતિમાં, કોલાઈટીસ કે ડાયાબિટીસ હોય ત્યારે.

ફેટી લિવરમાં પોષણનું ધ્યાન જુદી રીતે રાખવું પડે છે. પ્રોટીનનુ પ્રમાણ વધારે આપવું અને કેલરી પણ આપવી. જો ડાયેરિયા, ઓછું વજન, શરીરમાં પાણી ભરાવાની તકલીફો હોય તો પચવામાં સરળ હાઈ પ્રોટીન આપવું.

| સમય | ખોરાક | પ્રમાણ |
|---|---|---|
| ૭-૦૦ | આખા દૂધની ચા | ૧ કપ |
| ૮-૦૦ | બાફેલા ઈંડા/ બાફેલા ફણગાવેલા મગ | ૨ નંગ/ ૧ વાડકી |
| | ટોસ્ટ માખણ વગરનો | ૧ નંગ |
| | ૧ સફરજન | ૧ નંગ |
| ૧૦-૦૦ | લસ્સી | ૧ ગ્લાસ |
| ૧-૦૦ | રોટલી | ૩ નંગ |
| | દાળ | ૧ વાડકી |
| | તુવેર રીંગણનું શાક | ૧ વાડકી |
| | ભાત | ૧/ ૪ વાડકી |
| ૪-૦૦ | પ્રોટીન પાવડરવાળું દૂધ/વ્હે પ્રોટીન | ૧ ગ્લાસ |
| ૫-૦૦ | ઢોકળા-ચટણી | ૧ ડીશ |
| ૮-૦૦ | વટાણા-રીંગણનું શાક | ૧ વાડકી |
| | પરોઠા (ઓછા તેલવાળાં) | ૪ નંગ |
| | દૂધ અથવા દહીં | ૧ વાડકી |

## ૬. જોન્ડિસ અને હિપેટાઈટીસ

શેરડીનો રસ, બરફનો ગોળો, લારીનો ખોરાક આ બધું ઘણીવાર 'વાઈરલ હિપેટાઈટીસ' કે 'જૉન્ડિસ' ના કારણમાં માનવામાં આવે છે. જો કે તે સાચું પણ છે જ, પરંતુ આ રોગ બીજા કારણથી પણ થાય છે.

આપણા શરીરમાંથી રોજ અમુક પ્રમાણમાં બાઈલ પીગમૅન્ટ નીકળે છે અથવા તો નાશ પામે છે. કોઈ કારણસર લોહીમાં બીલ્યુરૂબીન વધી જવાથી આ બાઈલ નીકળી શકતા નથી અને લોહીમાં ફરતા રહે છે. તેને કારણે હાથ, આંખો, ચામડી અને યુરિન પીળા થઈ જાય છે. લોહીમાં બાઈલ વધવાથી રક્તકણો તૂટી જાય છે. ઘણીવાર ગોલ બ્લેડરમાં સ્ટોન થવાથી પણ બાઈલનું નિયમન થતું નથી. કેટલીકવાર અમુક સર્જરી દરમ્યાન મિકેનિકલ ઓબસ્ટ્રેક્શન થાય છે તો ક્યારેક ટી.બી., મેલેરિયા જેવા રોગના ઈન્ફેક્શનથી પણ કમળો થાય છે.

- જોન્ડિસમાં મોટે ભાગે દર્દીને બેડ રેસ્ટ અને ફેટ લેસ લાઈટ ડાયેટ આપે છે.
- પ્રોટીન ઓછું આપવું જોઈએ.
- લિવર (જઠર) ચરબીનું ચયાપચય કરી શકતું નથી માટે હળવો ખોરાક આપવો.
- બાઈલને કારણે રક્તકણો તૂટી ન જાય તે માટે વિટામિન સી, બી કૉમ્પ્લૅક્સ અને વિટામિન કે આપવા બહુ જરૂરી છે. ખોરાકમાંથી તે મળી રહે તે ઉપરાંત દવા તરીકે આપવા.
- સંપૂર્ણ રેસ્ટ ખૂબ જ જરૂરી છે. તેનાથી જ રોગમાં ઝડપી રાહત મળશે.

### હિપેટાઈટીસ

| આપી શકાય | ન આપવું |
|---|---|
| ચણાના લોટની વાનગી, બ્રેડ, રોટલી, ભાત, ખીચડી, કોર્નફ્લેક્સ, ઓટ, દૂધ, દહીં, સૂપ, કંદમૂળ, શાક અને ફળ | કઠોળ, ઈંડા, માંસ, ઘીવાળી વાનગી, તળેલા નાસ્તા, માખણ, મીઠાઈ, સૂકા મેવા, અથાણા, પાપડ, ફરસાણ |

વાઈરલ હિપેટાઈટીસમાં ૧૫ ગ્રામથી વધારે બિલ્યુરૂબીન હોય ત્યારે ઉપરનો આહાર આપવો.

એક નમૂનારૂપ ડાયેટ પ્લાન આ મુજબ હોઈ શકે.

| સમય | ખોરાક | પ્રમાણ |
|---|---|---|
| ૭-૦૦ | સ્કીમ મિલ્ક | ૧ ગ્લાસ |
| | કૉર્નફ્લેક્સ | ૨ ચમચા |
| | ખાંડ અથવા મધ | ૧ ચમચી |
| | કેળું | ૧ નંગ |
| | ચા/ કૉફી | ૧ કપ |
| ૧૦-૦૦ | શેરડી અથવા મોસંબીનો રસ | ૧ ગ્લાસ |
| ૧૨-૦૦ | રોટલી | ૨ નંગ |
| | ફણસી-બટાકાનું શાક | ૧ વાડકી |
| | દહીં | ૧ વાડકી |
| | ભાત | ૧ ચમચો |
| ૩-૩૦ | ચા | ૧ કપ |
| | બિસ્કિટ | ૨ નંગ |
| | ખારા ચણા (શેકેલા) | ૧ મુઠ્ઠી |
| ૫-૦૦ | નારંગીનો રસ | ૧ ગ્લાસ |
| | અથવા નારંગી | ૨ નંગ |
| ૮-૦૦ | ટામેટાનો સૂપ | ૧ કપ |
| | દૂધીનું શાક | ૧ વાડકી |
| | ચણાના લોટના પૂડા | ૨ નંગ |

## ૭. લેક્ટોઝ ઈનટોલરન્સ

ખોરાકનું સારી રીતે પાચન થવું એ ઈશ્વરના વરદાનરૂપ છે. કેટલાય લોકોને ફરિયાદ કરતા સાંભળ્યા છે કે 'મને ફલાણી વસ્તુ પચતી નથી' અથવા તો 'આ વસ્તુ ખાવાથી મને ડાયેરિયા થાય છે.' આને લીધે ખાવામાં ઘણા લિમિટેશન આવી શકે ! ભાવતી વસ્તુ જ્યારે કોઈ કારણથી પચતી ન હોય ત્યારે ઘણી તકલીફ થાય છે અને છતાંય ખવાઈ જાય તો પછી પેટની ગરબડ શરૂ થઈ જાય. કોઈપણ પ્રકારના ખોરાકની એલર્જી થાય તો પ્રતિકારક શક્તિમાં કંઈક તકલીફ છે, એમ સૂચવે છે. શરીરમાં રહેલા શ્વેતકણ કેટલાંક એન્ટીબોડી બનાવે છે. જ્યારે ખોરાકમાં રહેલા એલર્જી કરનારાં તત્ત્વો શરીરમાં આવે ત્યારે તેમને આ એન્ટીબોડી નાશ કરવા પ્રયત્ન કરે છે. પરંતુ જ્યારે પ્રતિકાર કરવાની શક્તિ ઓછી થઈ જાય ત્યારે એલર્જીનાં લક્ષણો તીવ્ર બને છે.

લેક્ટોઝ ઈનટોલરન્સ એ એવી અભિશાપરૂપ એલર્જી કે તકલીફ છે કે જેમાં દૂધ અને દૂધની બધી બનાવટો પચે જ નહીં. મોટે ભાગે દહીં તેમાંથી બાકાત રહે છે. દૂધમાં જે લેકટોઝ નામનું કાર્બોહાઈડ્રેટ છે તે પચાવવા માટેનાં તત્ત્વો લેક્ટેઝ એન્ઝાઈમ્સ આ લોકોમાં ઓછા કે નહીંવત હોય છે. દૂધમાંથી દહીં બનતા આ લેક્ટોઝ લેક્ટિક ઍસિડમાં ફેરવાઈ જતાં દહીં પચી શકે છે. (વૈજ્ઞાનિકોનું એમ માનવું છે કે જુદા જુદા પ્રકારની એલર્જી વધવાનું પ્રમાણ ત્યારે જોવા મળવા લાગી કે જ્યારે બાળકોને માતાના દૂધને બદલે બૉટલનું દૂધ આપવાની પ્રથા ચાલુ થઈ.)

- આ જાતના ઈન્ટોલરન્સ કે લેક્ટોઝની એલર્જીમાં દૂધ પીધા પછી ઍસિડીટી, પેટમાં દુઃખાવો, પેટ ભારે લાગવું, વધુ પડતો ગૅસ, ઝાડા જેવી તકલીફો થાય છે.

- આ રોગ મોટેભાગે વારસાગત છે. તે આફ્રિકા, એશિયા અને મેડિટેરેનિયન દેશોમાં વધુ જોવા મળે છે.

- ઘણીવાર આ તકલીફ હોવા છતાં દિવસનું ૧ ગ્લાસ દૂધ પચી શકે છે. દહીં સારી રીતે પચે છે.

- સામાન્ય વ્યક્તિનું જઠર દૂધનું લેક્ટોઝ ૯૨% જેટલું પચાવી અને ઝડપથી શોષી શકે છે. પરંતુ લેક્ટોઝ ઈન્ટોલરન્સ હોય ત્યારે ૨૦% થી ૫૦% જેટલું લેક્ટોઝ પચે છે અને શોષાય છે.

## કેવી રીતે જાણવું લેક્ટોઝનું ઇન્ટોલરન્સ ?

જો આ તકલીફની શક્યતા જણાતી હોય તો બે રીતે ટેસ્ટ થાય. એક લૅબોરેટરીની એલર્જી ટેસ્ટ વડે અને બીજું પોતાની મેળે.

- ખાતરી કરવા માટે લગભગ અઠવાડિયા માટે દૂધ અને તેની બધી બનાવટો બંધ કરવી.
- બહારની કોઈ વાનગીમાં તે ન હોય તેનું ધ્યાન રાખવું.
- અઠવાડિયા સુધીમાં જો લક્ષણો અને તકલીફો ઘટે કે બંધ થઈ જાય તો સમજવું કે લેક્ટોઝ ઈનટોલરન્સ છે.
- વધુ ચોકસાઈ માટે ફરી દૂધ, પનીર, ચીઝ ખાઈને ચકાસી જોવું. જો બધી તકલીફ પહેલાની જેમ જ શરૂ થાય તો તેને ફરી બંધ કરીને ચકાસવું.
- કેટલીકવાર દહીં તેના બેક્ટેરિયાને કારણે પચી જાય છે. ઘણા લોકોને ચીઝ પણ પચે છે. કેમકે તેનું ફરમેન્ટેશન થયેલું હોય છે.
- દૂધમાં કોકો પાવડર નાંખીને પીવાથી એન્ઝાઈમની એક્ટિવિટી સારી ચાલે છે. સાદું દૂધ તકલીફ કરે તો ચૉકલેટ કે કોકોવાળું દૂધ પી શકાય.

### પોષકતત્ત્વોની સમસ્યા :

દૂધ એ સંપૂર્ણ આહાર છે. તેમાંથી વિટામિન સી અને આયર્ન સિવાયના બધાં પોષકતત્ત્વો સારા પ્રમાણમાં મળે છે. હવે જ્યારે દૂધ પચે જ નહીં તો આ પોષકતત્ત્વો કેવી રીતે મળે ? કેટલાક લોકો દહીં પચાવી શકે છે તેમને માટે તે બોનસ કહી શકાય. કારણકે દહીંમાં દૂધના બધાં પોષકતત્ત્વો મળે છે.

દૂધનાં પોષકતત્ત્વો મેળવવા માટે લીલી ભાજી, કઠોળ, ટોફુ, ફણગાવેલા મગ, પૌંઆ, બાજરી, દહીં, તલ, સૂકામેવા, ઈંડા, આખા અનાજ ધ્યાનપૂર્વક લેવા. તો જ દૂધના બધાં પોષકતત્ત્વો મળશે.

દૂધ બંધ થઈ જાય તેની સાથે શું પીવું કે શું ખાવું એ મહાપ્રશ્ન બને છે. તો હવે જોઈએ કે કેવો ડાયેટ લઈને પોષણ મેળવી શકાય.

| સમય | ખોરાક | પ્રમાણ |
|---|---|---|
| ૭-૦૦ | બ્લેક ટી/ કૉફી, | ૧ કપ |
| | અખરોટ, બદામ, અંજીર | કુલ ૬ નંગ |
| ૮-૩૦ | પાલક અને મેથીના થેપલા | ૨ નંગ |
| | સૂંઠ-ગંઠોડાનો ઉકાળો | ૧ કપ |
| ૧૦-૦૦ | નાળિયેર પાણી | ૧ ગ્લાસ |
| ૧-૦૦ | મિક્સ દાળ | ૧ વાડકી |
| | રોટલી | ૪ નંગ |
| | તુવેર-રીંગણનું શાક | ૧ વાડકી |
| | ભાત | ૧ ચમચો |
| | કાકડી-ગાજર | ૧/૨ વાડકી |
| ૪-૦૦ | મોસંબી-નારંગીનો જ્યૂસ | ૧ ગ્લાસ |
| | બટાકાપૌંઆ | ૧ ડીશ |
| ૬-૦૦ | કેળું | ૧ નંગ |
| ૮-૩૦ | બાજરીના રોટલા | ૨ નંગ |
| | તૂરિયા-મગની દાળનું શાક | ૧ વાડકી |
| | ફાડાની ખીચડી | ૧ વાડકી |
| | પાતળી છાશ | ૧/૨ વાડકી |

તો આ રીતે અનાજ, કઠોળ, શાક અને ફળના ફુડ ગ્રુપમાંથી વિચારીને પસંદગી કરવાથી પોષણ મળી રહેશે.

## ૮. સિલિયાક ડિસિઝ

જે રીતે દૂધનું લેક્ટોઝ કાર્બોહાઈડ્રેટ નથી પચતું તે જ રીતે અમુક લોકોને અનાજનું 'ગ્લુટીન' પ્રોટીન નથી પચતું. તેને 'સિલિયાક ડિસિઝ' કહે છે.

મોટાભાગના લોકોને એવો ખ્યાલ જ નથી હોતો કે રોજે રોજ જે અનાજ તેઓ ખાય છે- ખાસ કરીને ઘઉં, તે તેમને પચતા નથી. તેમાં રહેલ ગ્લુટીન નામનું પ્રોટીન તેમને ઘણી રીતે

નુકસાન કરે છે અને તકલીફ આપે છે. તકલીફોમાં મોટાભાગે અપચો, ઝાડા, આળસ, ગૅસ, પેટમાં ભાર, વધુ પડતી ઊંઘ, થાક, શરીરનો દુખાવો, મૂડ સ્વિંગ્સ અને ડિપ્રેશન હોય છે. મોટાભાગના કેસમાં ઘઉં ન પચતા હોવા છતાં તેની જ બનેલી વાનગીઓ ખાવાની એક પ્રકારની ઈચ્છા રહે છે.

સિલિયાક કરનારા મુખ્ય અનાજમાં ઘઉં ઉપરાંત જવ, બાજરી, રાજગરો અને ઓટનો પણ સમાવેશ થાય છે.

- મકાઈ અને જુવારમાં જુદા પ્રકારનું પ્રોટીન હોવાથી તે પચે છે.
- ઘઉં અને અન્ય અનાજનું 'ગ્લુટીન' નામનું પ્રોટીન એલર્જિક રીએક્શન કરે છે અને ઉપર જણાવેલી તકલીફો થાય છે.
- ગ્લુટીન પાચનતંત્રમાં ચોંટી જઈને સોજો કરે છે અથવા કાણું પાડે છે. જેનાથી જુદી જુદી વ્યક્તિને જુદી-જુદી અસરો થાય છે.
- કેટલાકને તો વળી ગ્લુટીનની એલર્જીરૂપે માથાનો દુઃખાવો, ઍસીડીટી કે પછી ગળ્યું ખાવાની વધારે પડતી ઇચ્છા (sugar craving) પણ થાય છે.
- ગ્લુટીન ન પચવાથી ઘઉંના કોઈ પોષકતત્ત્વો શરીરને બરાબર મળતા નથી. ઘઉં અને બીજા અનાજ બંધ કરી દેવામાં આવે છે અને તકલીફો બંધ થઈ જાય તો સમજવું કે પ્રૉબ્લેમ આ છે.
- ગ્લુટીન ઈન્ટોલરન્સવાળા લોકોને સેરોટોનીન નામના આનંદ આપનાર ન્યુરોટ્રાન્સમીટર નથી મળતા.
- ઘઉંનું ગ્લુટીન થાઈરોઈડના દર્દીને વધારે તકલીફ કરી શકે છે. વધારે પડતા ઘઉં ખાવાથી થાઈરોઈડાઈટીસ થાય છે. જેમાં ગ્લુટીનની એલર્જી સ્વરૂપે થાઈરોઈડ ગ્રંથિ પર ખરાબ અસર થાય છે.
- ૧૯૭૯થી ગ્લુટીન અને અશક્તિ, થાક, બેચેની અને અન્ય તકલીફોનો અભ્યાસ ચાલે છે.
- ગ્લુટીન ઘઉં ઉપરાંત બાજરી, ઓટ, નાગલી, રાજગરો અને જવમાં પણ થોડા-ઘણા પ્રમાણમાં હોય છે.
- ગ્લુટીન ફ્રી વ્હીટ ફ્લાર, ગ્લુટીન ફ્રી બ્રેડ, બિસ્કિટ અને સિરિયલ પરદેશોમાં મળે છે. જેમાં ઘઉંમાંથી ગ્લુટીન પ્રોટીન કાઢી લે છે. આવી વાનગીમાં પ્રોટીન સિવાયના ઘઉંના બધાં પોષકતત્ત્વો મળી રહે છે.

- આપણા દેશમાં હજુ ગ્લુટીન ઈનટોલરન્સની જાગૃતિ નથી, માટે આવી વસ્તુઓ જલદી મળતી નથી. પરંતુ જ્યારે વ્યક્તિ પોતાની તકલીફ વિશે જાણે ત્યારે શું ખાવું તે પ્રશ્ન નડે જ છે.

**ગ્લુટીન ફ્રી પૌષ્ટિક ડાયેટ પ્લાન :**

| સમય | ખોરાક | પ્રમાણ |
|---|---|---|
| ૭-૦૦ | ચા | ૧ કપ |
| | મમરા | ૧ વાડકી |
| ૯-૦૦ | દૂધ | ૧ ગ્લાસ |
| | કોર્નફ્લેક્સ અને ખાંડ | ૨ ચમચા |
| | બદામ | ૩ નંગ |
| | કેળું | ૧ નંગ |
| ૧૧-૦૦ | છાશ | ૧ ગ્લાસ |
| ૧-૦૦ | તુવેરની દાળ | ૧ વાડકી |
| | ચોળી-રીંગણનું શાક | ૧ વાડકી |
| | ભાત | ૧ વાડકી |
| ૪-૦૦ | ચા | ૧ કપ |
| | શેકેલા પૌંઆનો ચેવડો | ૧ વાડકી |
| ૬-૦૦ | ઢોકળા | ૧ ડીશ |
| ૮-૩૦ | જુવારની રોટલી | ૩ નંગ |
| | ખીચડી | ૧/૨ વાડકી |
| | કઢી | ૧/૨ વાડકી |
| | દૂધી-બટાકાનું શાક | ૧/૨ વાડકી |

## સિલિયાક ડિસિઝમાં લઈ શકાય તેવા પૌષ્ટિક પદાર્થો :

ચોખાની રોટલી, ઈડલી, હાંડવો, ઢોકળા, જુવારના તથા મકાઈના લોટમાંથી બનેલા મૂઠિયા, રોટલા, થેપલા, નાસ્તા ઉપરાંત ઉગાડેલા કઠોળ, પૌંઆનો ચેવડો, પૌંઆના ખમણ, રાઇસ નૂડલ્સ, મકાઈના લોટની મેક્સિકન વાનગીઓ, પોપકોર્ન, કઠોળના કે દાળના પૂડા, ઉત્તપમ, ઢોંસા વગેરે...

ઉપરાંત બધાં જ ફળ અને શાક તો ખરા જ ! ઘઉં આપણા રોજના આહારમાં એટલા વણાઈ ગયા છે કે તેના વગર 'શું ખાવું' એ પ્રશ્ન બની જાય છે. પરંતુ જુદા જુદા તત્ત્વો વડે સારો ડાયટ પ્લાન જરૂર બનાવી શકાય છે.

ન પચતો ખોરાક ખાઈને હેરાન થવું તેના કરતા તેને બંધ કરીને સ્વાસ્થ્યને માણવું હિતાવહ છે. ન્યૂટ્રીશન એક્સપર્ટના મતે એલર્જીની સામે લડવા માટે વિટામિન સીના મોટા ડોઝ આપવા જોઈએ. વિટામિન સીમાં એન્ટી હિસ્ટેમિનિક પ્રોપર્ટી છે. જે એલર્જી સામે લડે છે. વળી વિટામિન બી૬ ઝિંક, કેલ્શિયમ અને વિટામિન ઈ પણ હિસ્ટેમિનિક તત્ત્વોને નોર્મલ રાખે છે અને એલર્જીમાં મદદ કરે છે.

## ૯. ગોલબ્લેડર ડિસિઝ

ગોલસ્ટોન અને ૩ F ને સંબંધ છે. ૩ F એટલે કે Fatty Female, Fertile and Forty Plus.

ગોલબ્લેડર સ્ટોન સ્ત્રીઓમાં ૪૦ વર્ષ પછી અને ખાસ કરીને બાળકની માતાને વધુ થાય છે.

ગોલબ્લેડર (બરોળ) એ પાતળી દીવાલવાળું જઠરની નીચેના ભાગે આવેલું અવયવ છે. તેમાં ૪૦ થી ૫૦ મિ.લી. જેટલું બાઇલ સ્ટોર થાય છે. લિવરમાંથી રોજ ૭૦૦ મિ.લી. બાઇલ છૂટું પડે છે અને જ્યારે પાચનમાં તેની જરૂરત ન હોય ત્યારે કોન્સન્ટ્રેટ થઈ અને ગોલબ્લેડરમાં જાય છે. જ્યારે તેની કામની પદ્ધતિમાં ગરબડ થાય ત્યારે ગોલબ્લેડરમાં Stone કે પથરી બને છે.

આ સ્ટોન થવાથી બાઇલ પીગમૅન્ટ નીકળી શકતા નથી અને કમળો થઈ શકે છે. વધારે પ્રમાણમાં ચરબીવાળા પદાર્થો ખાનારી સ્ત્રીઓને 'ગોલ સ્ટોન' થાય છે. ગોલસ્ટોન કૉલેસ્ટરોલ અને ફોસ્ફોલીપીડના બનેલા હોય છે.

- ગોલસ્ટોન થવાને કારણે પેટમાં દુઃખાવો થાય છે.
- સ્ટોનને ગોલબ્લેડરમાંથી કાઢવા અઘરા હોવાથી આખું ગોલબ્લેડર કાઢી નાંખવું પડે છે.

- ગોલબ્લેડરની સર્જરી પછી ખોરાકમાં ચરબીનું પ્રમાણ ઘટાડી દેવું જરૂરી છે કારણકે ગોલબ્લેડર ન હોવાથી ચરબીનું પાચન અઘરું બને છે.

- વિટામિન એ, ડી, ઈ અને કે ના સપ્લીમેન્ટ લેવા. કારણકે ચરબી ઘટવાને કારણે ચરબીદ્રાવ્ય વિટામિનનું શોષણ ઘટે છે.

- રસોઈના તેલ મધ્યમ પ્રમાણમાં લઈ શકાય છે પરંતુ માવો, મીઠાઈ, માખણ, ચીઝ ઓછા લેવા. ગોલસ્ટોન સર્જરી પછીનો ડાયેટ નીચે મુજબ હોઈ શકે :

| સમય | ખોરાક | પ્રમાણ |
|---|---|---|
| ૭-૦૦ | ચા | ૧ કપ |
| ૮-૩૦ | ઓટનું પોરીજ | ૧ વાડકી |
| | સ્કીમ મિલ્ક અથવા | ૧ વાડકી |
| | માખણ વગરનો ટોસ્ટ | ૧ નંગ |
| ૧૦-૩૦ | કેળું | ૧ નંગ |
| ૧૨-૩૦ | ઘી વગરની રોટલી | ૨ નંગ |
| | દાળ | ૧ વાડકી |
| | ભાત | ૧/૨ વાડકી |
| | ફલાવર વટાણાનું શાક | ૧ વાડકી |
| | સેલડ | ૧/૨ વાડકી |
| ૩-૩૦ | છાશ | ૧ ગ્લાસ |
| ૪-૩૦ | ચા | ૧ કપ |
| | ખાખરા | ૨ નંગ |
| ૬-૩૦ | પપૈયું અથવા નારંગી | ૧ નંગ |
| ૮-૦૦ | ઘી વગરની ભાખરી | ૩ નંગ |
| | પાલક મગની દાળનું શાક | ૧ વાડકી |
| | સ્કીમ મિલ્ક | ૧ ગ્લાસ |

ગોલબ્લેડર કાઢી નાંખ્યા પછી વધારે પડતી ચરબી ન લેવી જોઈએ. આ સિવાય આરોગ્યનું સામાન્ય લેવલ સારું રહે છે.

# ૪

# હાઇપરટેન્શન અને હાર્ટડિસિઝ

## ૧ હાઇબ્લડ પ્રેશર

એક તંદુરસ્ત વ્યક્તિનું બ્લડપ્રેશર મોટે ભાગે ૮૦/૧૨૦ રહેતું હોય છે. જ્યારે ડાયસ્ટોલીક કે સીસ્ટોલીક બંનેમાંથી કોઈ એક કે બંને પ્રેશર વધી જાય તે હાઈબ્લડપ્રેશર છે.

- હાઈપરટૅન્શન એ 'Silent Killer' છે. વ્યક્તિની જાણ બહાર તે વધારે રહેવા માંડે છે અને કાયમી બની જાય છે.
- વધારે પડતું હાઈપરટૅન્શન હૃદયરોગ, સ્ટ્રોક, કિડની ડિસિઝ વગેરેને સાથે લાવે છે.
- આમ તો, ખોરાક અને દવા તથા થોડી કસરતથી તે કાબૂમાં રાખી શકાય છે. ખાસ કરીને મીઠાનું પ્રમાણ ઘટાડવું પડે છે.

### હાઇપરટેન્શન હાઇપ્સ :

- બહુ ઓછા લોકો જાણે છે કે કેટલાક કુદરતી પદાર્થોમાં ઘણું સોડિયમ હોય છે. મેથી, પાલક, ઈંડા, કઠોળ, ગાયનું દૂધ, વગેરેમાં કુદરતી રીતે જ સોડિયમ વધુ છે. માટે તેનો ઉપયોગ પ્રમાણસર કરવો.
- ડૉક્ટરની સલાહ માનીને સલાડમાં મીઠું, પાપડ, અથાણા કે ચટણી બધા જ બંધ કરે છે પણ, ચીઝ, બ્રેકફાસ્ટ સિરિયલ, બ્રેડ, બિસ્કિટ, બજારના પૅકેટના નાસ્તા – આ બધામાં ઘણું સોડિયમ – (ખાવાનું મીઠું) ઉમેરેલું હોય છે તે જાણકારી ખૂબ અગત્યની છે. પેકેટમાં આવતી વેફર્સ, ચીપ્સ કે કૂરકૂરે જેવી નાસ્તાની વાનગીઓમાં ઘણું બધું મીઠું હોય છે. લેબલ વાંચીને તેની જાણકારી મળે છે. ઘરની વાનગીમાં મીઠું માપસર નાંખી શકાય છે જ્યારે બજારની વાનગીમાં આપણો કોઈ કન્ટ્રોલ રહેતો નથી.

- વારંવાર કાર્બોનેટેડ ડ્રિંક્સ લેનારા લોકોએ જાણવું જોઈએ કે તેમાં રહેલા ઍસિડની સાથે સોડિયમ સંયોજાયેલું હોય છે. માટે તે બહુ ન પીવાય.
- વધારે પ્રેશર રહેતું હોય તો સાદું મીઠું બંધ કરીને પોટેશ્યમ સોલ્ટ વાપરવું. હાઈપરટૅન્શનનાં કારણોમાં વારસો, ઓબેસીટી, આલ્કોહોલની ટેવ, સ્મોકિંગ, ખરાબ લાઇફસ્ટાઇલ, ખાવાની ટેવો અને વધુ પડતી માનસિક તાણ કે સ્ટ્રેસ છે.

## કેવી રીતે કરવું પ્રેશર નોર્મલ ?

**બ્લડપ્રેશર ઘટાડનાર પદાર્થો :** ડુંગળી, લસણ, તુલસીના પાન, ઓલિવ ઑઇલ, માછલી, ફળ, લીલાં શાક, બદામ, અખરોટ, અળસી, શીંગદાણા જેવા ખોરાક કુદરતી રીતે પ્રેશરને કાબૂમાં રાખે છે.

**વજનનું નિયમન :** ઓવરવેઇટ દર્દીએ વજન ઉતારવું જરૂરી છે. આ માટે ટોટલ કૅલરી અને ફેટ ઘટાડવી અને ફાઇબર વધારવા.

**ફેટ કેવી લેવી :** રોજના ખોરાકમાં ઘી, ચીઝ, માવો, પનીર, માખણ, હોલ મિલ્ક બંધ કરવા. રસોઈમાં સોયા, સૂરજમુખી કે મકાઈનું તેલ વાપરવું. તળેલી વાનગીઓ અવારનવાર ન લેવી.

**પોષણ :** પ્રોટીન મેળવવા માટે સ્કીમ મિલ્ક, દહીં, ઉગાડેલા મગ, માછલી, અખરોટ, બદામ, દાળ અને અનાજ લેવા. વિટામિન અને ફાઇબર માટે જુદા જુદા ફળ અને ખાસ તો કેળા, નારંગી જેવા પોટેશ્યમ રીચ ફળ જરૂર લેવા. લીલી ભાજી અઠવાડિયે એક વાર અને લીલાં શાક રોજ બે વખત લેવા.

**હીડન થ્રેટ :** બિસ્કિટ, પાઈ, પેસ્ટ્રીમાં જે ટ્રાન્સફેટ વપરાય છે તે ઘણી જોખમી છે કારણકે દેખાતી નથી પણ નુકસાન જરૂર કરશે. તે રક્તવાહિનીઓમાં ભયજનક રીતે કૉલેસ્ટરોલ જમા કરે છે. બ્લડપ્રેશર વધુ રહેતું હોય તો આ પ્રક્રિયા થવાની શક્યતા આપોઆપ ઊભી થાય છે. માટે આવા પદાર્થો લઈને તકલીફો વધારવી નહીં.

તો હવે જોઈએ હાઈપરટૅન્શનનું ડાયેટ પ્લાન.

| સમય | ખોરાક | પ્રમાણ |
| --- | --- | --- |
| ૭-૦૦ | તુલસી-આદુવાળી ચા | ૧ કપ |
| | મીઠા વગરની ભાખરી | ૧ નંગ |
| | અથવા માખણ વગરનો ટોસ્ટ | |
| ૯-૦૦ | નારંગીનો જ્યૂસ | ૧ ગ્લાસ |
| ૧૨-૦૦ | કોબીજ-વટાણાનું શાક | ૧ વાડકી |
| | રોટલી | ૩ નંગ |
| | દાળ | ૧ વાટકી |
| | ભાત | ૧/૨ વાટકી |
| ૩-૦૦ | છાશ | ૧ ગ્લાસ |
| ૪-૩૦ | ચા | ૧ કપ |
| | શેકેલા પૌંઆનો ચેવડો | ૧/૨ વાડકી |
| ૬-૩૦ | કેળું | ૧ નંગ |
| ૮-૩૦ | જુવારની રોટલી | ૨ નંગ |
| | ઢોકળા | ૧/૨ ડીશ |
| | દૂધી-ચણાની દાળનું શાક | ૧ વાડકી |
| | સ્કીમ મિલ્ક | ૧ વાડકી |

## ૪.૨ હાઈ કોલેસ્ટરોલ

કૉલેસ્ટરોલ વધવું એ કોઈ રોગ નથી પણ એક એવી ભયજનક સ્થિતિ છે કે જે ઘણા રોગોને જન્મ આપી શકે છે. કૉલેસ્ટરોલ બધાના શરીરમાં હોય જ છે પણ તેનું પ્રમાણ સાચવવું જરૂરી છે.

કૉલેસ્ટરોલ એક ચીકણો, વેક્સી પદાર્થ છે, જે અમુક પ્રક્રિયાઓ થયા પછી જઠરમાં ઉત્પન્ન થાય છે. તે કેટલાક ખોરાકમાંથી પણ મળે છે. કૉલેસ્ટરોલ લીમીટની અંદર રહે તો શરીરમાં થોડા અગત્યના કામ પણ કરે છે. જેમ કે :

- સૂર્યના કિરણોમાંથી શરીરમાં વિટામિન D બનાવે છે.
- અગત્યના હોર્મોન્સ બનાવે છે.
- ચરબીના પાચન માટેના બાઈલ સોલ્ટ બનાવે છે.
- ચરબીદ્રાવ્ય વિટામિન્સ A, D, E અને K નું ચયાપચય કરે છે.
- રોજનું૧૦૦૦ મિ.ગ્રા. કૉલેસ્ટરોલ આપણા જઠરમાં બને છે. જ્યારે કુદરતી રીતે બનતું અને ખોરાકમાંથી આવતું કૉલેસ્ટરોલ શરીરમાં વપરાય નહીં અને નીકળે નહીં ત્યારે તે રક્તવાહિનીઓમાં જમા થાય છે. જેને Plaque કહે છે. જેને લીધે લોહીનું આવન-જાવન અને નોર્મલ ફ્લો ઘટે છે. શરીરના જે ભાગની નસમાં આ પ્લેક જામે અથવા ક્લોટ થાય તેને અસર થાય છે. જેમાં મોટેભાગે હૃદય, મગજ, કિડની, અને આંતરડાની રક્તવાહિનીઓ પકડાય છે.આ પરિસ્થિતિને 'એથરોસ્કેલરોસીસ' કહે છે.
- કૉલેસ્ટરોલ હોય તેને બ્લડપ્રેશર હોય જ તે જરૂરી નથી. પણ સામાન્ય રીતે પહેલા પ્રેશર અને પછી કૉલેસ્ટરોલ વધે છે.

**કૉલેસ્ટરોલ ત્રણ પ્રકારના છે :**

૧. હાઈ ડેન્સીટી લીપોપ્રોટીન એ સારા પ્રકારનું કૉલેસ્ટરોલ છે. જે રક્તવાહિનીઓમાં જામેલી પ્લેકને કાઢીને લિવરમાં પાછું મોકલે છે અને ત્યાંથી પ્રોસેસ થઈને ચરબી શરીરની બહાર નીકળી જાય છે.

૨. લો ડેન્સીટી લીપોપ્રોટીન ખરાબ પ્રકારનું કૉલેસ્ટરોલ છે જે પ્લેક વધારે છે અને નુકસાન કરે છે.

૩. જ્યારે ટ્રાયગ્લીસરાઈડ પ્લાઝમામાં રહેલ ચરબી છે.

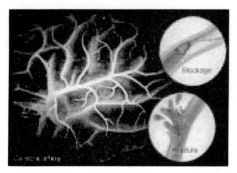

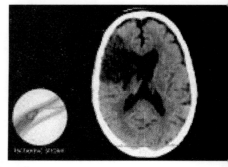

## કટ યોર કોલેસ્ટરોલ

### કોલેસ્ટરોલ ઘટાડવા કેવો આહાર લેવો :

કેટલાક ખાદ્યપદાર્થો રક્તવાહિનીઓની અંદર જામતા કૉલેસ્ટરોલને અટકાવે છે અથવા તો જામવા દેતા નથી. આવા ખાદ્યપદાર્થોમાં દરિયાઈ વનસ્પતિ, માછલી, ફળ, શાક, નટ્સ, કઠોળ, ડુંગળી, લસણ, ઑલિવ ઑઈલ વગેરેનો સમાવેશ થાય છે. કેટલાક જુદા જુદા ખાદ્યપદાર્થો, રક્તવાહિનીઓની રક્ષા કરતી સારા પ્રકારની ચરબી ધરાવે છે. દા.ત. હેઝલ નટ્, એવોકાડો, ઑલિવ ઑઈલ, બદામ અને કેનોલા ઑઈલ.

વધુ પડતા કૉલેસ્ટરોલવાળી વ્યક્તિએ કયા પદાર્થો ન લેવાં ?

વધુ પડતા કૉલેસ્ટરોલવાળી વ્યક્તિએ ચીઝ, માખણ, માવો અને માવાની મીઠાઈ, ચરબીવાળુ દૂધ અને તેનું દહીં, આઈસ્ક્રીમ, પનીર, સિંગતેલ વગેરે ન લેવા.

### કોલેસ્ટરોલમાં કેવો ખોરાક લેવો ?

કૉલેસ્ટરોલ અને એથ્રોસ્કેલરોસીસની પરિસ્થિતિમાં ઓછી ચરબીવાળો સામાન્ય આહાર આપવામાં આવે છે મોનો અને પોલીઅનસેચ્યુરેટેડ તેલનો ઉપયોગ કરવામાં આવે છે. સામાન્ય રીતે લોકો એમ માને છે કે માખણ કરતાં માર્ગરીનનો ઉપયોગ વધુ સારો છે પરંતુ બંનેમાંથી એકસરખી કૅલરી મળે છે. ફરક માત્ર એટલો છે કે માર્ગરીન અસંતૃપ્ત અથવા અનસેચ્યુરેટેડ ચરબીમાંથી બને છે તેમ છતાં શક્ય તેટલો ઉપયોગ ઓછો કરવો. રસોઈમાં સોયાબીનનું, સૂરજમુખીનું, સેફ્લાવરનું અથવા મકાઈનુ તેલ વાપરવું અને તેનો ઉપયોગ પણ મર્યાદિત કરવો. ડીપ ફ્રાય વાનગીને બદલે શેલો ફ્રાય વાનગી પસંદ કરવી અને રાંધવા માટે નોનસ્ટીક કે માઈક્રોવેવનો ઉપયોગ કરવો. આલ્કોહોલનો ઉપયોગ મર્યાદિત પ્રમાણમાં અથવા નહીંવત કરવો. બજારના નાસ્તા અને સૉસમાં તેલ અને મીઠું વધારે હોય છે આથી તે ઓછા વાપરવા. કોઈપણ

પ્રોસેસ્ડ વાનગી ખરીદતા પહેલાં તેના લેબલ ઉપર ફેટ કન્ટેન્ટ અને સોડિયમ કન્ટેન્ટ જરૂર વાંચવા.

કૉલેસ્ટરોલ વધારે હોય ત્યારે સૌથી શ્રેષ્ઠ અને વધુ પ્રમાણમાં લઈ શકાય તેવા પદાર્થોમાં કાચાં અને રાંધેલાં શાક તથા તેના સૂપ, જુદાં જુદાં ફળ, ઉગાડેલા કઠોળ, માછલી, આખા અનાજ, ઓટ, ફાડા, કઠોળ, દાળ અને તેની વાનગીઓ, નટ્સ, ડુંગળી અને લસણ છે.

કૉલેસ્ટરોલ માટે નમૂનારૂપ આહાર આયોજન :

| સમય | ખોરાક | પ્રમાણ |
|---|---|---|
| ૭-૦૦ | ચા | ૧ કપ |
| ૮-૦૦ | સફરજન, | ૧ નંગ |
| | ઓટનું પોરીજ અને સ્કીમ મિલ્ક | ૧ વાટકો |
| | ખાંડ | ૧/૨ ચમચી |
| ૧૨-૦૦ | ઘી વગરની રોટલી | ૩ નંગ |
| | દાળ | ૧ વાટકી |
| | ચોળી-તૂરીયાનું શાક | ૧ વાટકો |
| | મિક્સ સેલડ, લીલું લસણ અને કોથમીરની ચટણી | ૧ વાટકો |
| | સ્કીમ મિલ્કના દહીંની છાશ | ૧ ગ્લાસ |
| ૩-૦૦ | ચા | ૧ કપ |
| | ઘી વગરનો ખાખરો | ૧/૨ નંગ |
| ૫-૦૦ | દાડમ | ૧ નંગ |
| ૭-૪૫ | ઘઉંનું થૂલું નાંખેલી ઓછા મોણવાળી ઘી વગરની ભાખરી | ૨ નંગ |
| | શાક (પાલખ-મગની દાળ) | ૧ વાટકો |
| | દૂધ (ચરબી વગરનું) | ૧ ગ્લાસ |
| | (મુખવાસમાં ફ્લેક્સ સીડ આપવા) | |

આવી રીતે હાઈપરટૅન્શન અને હાઈ કૉલેસ્ટોરોલની તકલીફમાં રોજિંદા આહારમાં થોડા ઘણા ફેરફાર કરીને તકલીફ ઘટાડી શકાય છે. પરંતુ જે લોકો પોતાની લાઈફસ્ટાઈલ બિલકુલ સુધારવા ન માગે, કસરત ન કરે અને ખાવાની ટેવો ન બદલે તેમને ભવિષ્યમાં બાયપાસ સર્જરી અથવા બીજા કૉમ્પ્લિકેશન થવાની શક્યતા રહે છે.

# ૫

# હૃદયરોગની જુદી જુદી સ્થિતિઓ

આ શબ્દ હૃદયરોગની જુદી જુદી સ્થિતિઓ સાથે સંકળાયેલો છે. જે નીચે પ્રમાણે છે :

- રક્તવાહિનીઓમાં ફ્રી કૉલેસ્ટરોલ, કૉલેસ્ટરોલ એસ્ટર અને ટ્રાઇગ્લીસરાઇડ હોય છે. કેટલીકવાર હૃદયના સ્નાયુઓની ઑક્સિજન અને પોષકતત્ત્વોની જરૂરિયાત પૂરી પાડવા માટે રક્તવાહિનીઓ સક્ષમ હોતી નથી, ત્યારે જે તકલીફ ઊભી થાય છે તેને માયોકાર્ડિયલ એસકેમિયા કહે છે.

- જ્યારે કેટલીકવાર હૃદયના કોઈ એક ભાગમાં લોહીનો પુરવઠો પહોંચતો નથી અને કોષો જીવીત રહી શકતા નથી ત્યારે હૃદયરોગ થાય છે જેને માયોકાર્ડિયલ ઈન્ફ્રાક્શન કહે છે. જો આવી તકલીફ મગજની રક્તવાહિનીમાં થાય તો તેને સ્ટ્રોક કહે છે.

- કેટલીકવાર હૃદયના ભાગે ખૂબ જ સખત ભીંસ આવે તેવું અનુભવાય છે અથવા બળતરા થાય છે. જે અપૂરતા ઑક્સિજનના જથ્થાને કારણે હોય છે. જેમાં હૃદયના માયોકાર્ડિયમ સ્નાયુમાં ઑક્સિજનની કમી થાય છે. જેને એન્જાઈના તરીકે ઓળખવામાં આવે છે.

- કૉરોનરી હાર્ટ ડિસીઝમાં લોહીને લગતી જુદી જુદી પરિસ્થિતિઓ ઊભી થાય છે. જ્યારે લોહીમાં એક કરતા વધારે લીપીડ કે ચરબીનું પ્રમાણ વધી જાય તે પરિસ્થિતિને 'હાયપરલિપિડેમિયા' કહે છે. જ્યારે લોહીમાં કૉલેસ્ટરોલનું પ્રમાણ વધી જાય તેને 'હાયપર કૉલેસ્ટરોલેમિયા' કહે છે. જ્યારે ખરાબ પ્રકારનુ લીપોપ્રોટીન લોહીમાં વધી જાય તેને 'હાયપર લીપોપ્રોટીનેમિયા' કહે છે.

- એથરોસ્કેલરોસીસની પરિસ્થિતિમાં શરીરમાંની મુખ્ય રક્તવાહિનીઓમાં જમા થાય છે. જેને કૉરોનરી હાર્ટ ડિસીઝ કહે છે.

## કન્જેસ્ટિવ કાર્ડિયાક ફેઈલ્યોર

હૃદયનું ફેઈલ્યોર એટલે કે કામ કરવાનુ બંધ થવું ત્યારે થાય છે કે જ્યારે તેમાં લોહીનો પૂરતો જથ્થો પહોંચતો હોય નહીં. કાર્ડિયાક ફેઈલ્યોર થવાના જુદાં જુદાં કારણો છે. જેમ કે લોહીના ઊંચા દબાણથી હૃદયના સ્નાયુઓને નુકસાન થયું હોય, હૃદયના વાલ્વને રૂમેટીક ડિસિઝ અથવા અન્ય સમસ્યાને કારણે નુકસાન થાય, હૃદયને લોહી પહોંચાડતી નળીઓમાં થ્રોમ્બોસીસ થયું હોય અથવા તો અવારનવાર હૃદયમાં પાણી ભરાવાની તકલીફ રહેતી હોય કે પછી વારસાગત ખામી હોય ત્યારે કાર્ડિયાક ફેઈલ્યોર થાય છે. આ ઉપરાંત સ્થૂળકાય વ્યક્તિઓના હૃદયની આસપાસ ચરબી જમા થાય છે જેથી હૃદયની મૂળભૂત સ્થિતિમાં તકલીફ થાય છે અને રક્તવાહિનીઓને વધારે પડતી ચરબીવાળા શરીરમાં લોહીનો પુરવઠો પહોંચાડવાની પણ તકલીફ થાય છે. ઘણીવાર વ્યક્તિ પાતળી હોય તો પણ હૃદયની આસપાસ ચરબી જમા થઈ હોય જેને વિસ્કલ ફેટ કહે છે. તે સ્થિતિમાં પણ કાર્ડિયાક તકલીફો થાય છે.

## કાર્ડિયાક ફેઈલ્યોરનું પોષણ

શરીરના વજનના દર કિ.ગ્રામે ૧ ગ્રામ પ્રોટીન આપવું. તળેલા પદાર્થો, સંતૃપ્ત ચરબી જેવી કે માખણ, ઘી, માવો સદંતર બંધ કરવા. રોજની ૩૦ ગ્રામથી વધુ ચરબી ન આપવી. જ્યારે ખૂબ જ નિયમનવાળો આહાર અપાતો હોય ત્યારે વિટામિનના સપ્લીમૅન્ટ આપવા. જો હૃદયની જમણી બાજુ નુકસાન થયું હોય તો પાણી ભરાવાની શક્યતા રહેલી છે. આથી ખોરાકમાં મીઠાનો ઉપયોગ નહીંવત કરવો અને સોડિયમમાં સમૃદ્ધ એવા પદાર્થો ન આપવા. ફળના રસ, શાકના સૂપ આપવા અને પોટેશિયમ સોલ્ટ આપવું. પચવામાં સરળ ઓછા પ્રમાણમાં ખોરાક આપવો. જેનાથી પેટમાં કોઈ જાતની તકલીફ ન થાય. સાંજનું ભોજન પ્રમાણમાં ઓછું અને સૂવાના બેથી ત્રણ કલાક પહેલા આપવું.

કાર્ડિયાક ફેઈલ્યોર માટે નમૂનારૂપ આહાર આયોજન :

| સમય | ખોરાક | પ્રમાણ |
|---|---|---|
| ૭-૩૦ | કોર્નફ્લેક્સ અથવા ઓટનું પોરીજ અને સ્કીમ મિલ્ક | ૧ વાટકો |
| | માખણ વગરનો ટોસ્ટ | ૧ નંગ |
| | ચા | ૧ કપ |
| ૧૦-૦૦ | નારંગી અથવા સફરજન | ૧ નંગ |
| ૧-૦૦ | રોટલી (ઘી વગરની) | ૨ નંગ |
| | દાળ | ૧ વાટકી |
| | ગવાર અને કોળાનું શાક | |
| | ટામેટા અને કાકડીનું કચુંબર | |
| | સ્કીમ મિલ્કના દહીંની છાસ | |
| ૪.૦૦ | ચા | ૧ કપ |
| | ખાખરો અને કેળું | ૧ નંગ |
| ૬.૦૦ | મોસંબીનો રસ | ૧ ગ્લાસ |
| ૭-૩૦ | ટામેટાનો સૂપ | ૧ વાટકો |
| | રોટલી | ૨ નંગ |
| | તુવેર-રીંગણનું શાક | |
| ૯-૩૦ | સ્કીમ મિલ્ક | ૧ ગ્લાસ |

# ૬
# કિડની ડિસિઝ

આપણું શરીર ૨૪ કલાકના અંતે લિક્વિડ અને સોલિડ કચરો બહાર કાઢે છે. એક તંદુરસ્ત વ્યક્તિ દિવસનું દોઢ લિટર યુરિન પાસ કરે છે.

કિડની આપણી મુઠ્ઠી જેટલી સાઇઝની છે અને તે પ્રોટીનના આખરી સ્વરૂપ યુરિયાનો નિકાલ કરે છે. કિડનીમાં કચરાના ફિલ્ટરેશનનું કામ થાય તે પછી મૂત્રાશયમાં યુરિન ભરાય છે અને મૂત્રવાહીની દ્વારા બહાર નીકળે છે. આ આખા પ્રોસેસમાં ક્યારેક જાત જાતની તકલીફો, ઈન્ફેક્શન કે રોગો થઈ શકે છે.

કિડનીના રોગો જાત-જાતના છે જેમ કે :

યુરિનરી ટ્રેક ઈન્ફેક્શન
કિડની સ્ટોન
નેફ્રાઈટીસ અને નેફ્રોસીસ
એક્યુટ અને ક્રોનિક કિડની ફેલ્યોર
ગાઉટ
રીનલ એસિડોસીસ

કિડનીના જુદાં જુદાં નામ અને ગૂંચવણભર્યા લક્ષણોવાળા રોગોમાં ડાયેટ જુદો જુદો હોય છે. કીડનીના દરેક રોગમાં પાણી, સોડિયમ, પોટેશિયમ, પ્રોટીન, કેલ્શિયમ વધારે-ઓછું આપવું પડે છે. થોડા પણ મિલિગ્રામ કે મિલીલીટરની ભૂલ દર્દીની તકલીફ વધારી શકે છે. ઘણીવાર ડાયાબિટીસ, બ્લડપ્રેશર અને કેન્સર જેવા રોગો કિડનીની તકલીફો થતા પહેલા કે પછીની આડઅસરરૂપે જોવા મળે છે. કિડની ડિસિઝનું ડાયેટેટીક મૅનેજમૅન્ટ સામાન્ય વ્યક્તિ સમજી શકે તેવું સરળ બનાવવા પ્રયત્ન કર્યો છે. પહેલા જોઈએ યુ.ટી.આઈ. એટલે કે યુરિનરી ટ્રેક ઈન્ફેક્શન.

## ૧. યુ.ટી.આઈ.

યુરિનરી ટ્રેકના કોઈ એક ભાગ કે આખા ટ્રેકમાં જીવાણુઓ ઈન્ફેક્શન ફેલાવે છે. જે મોટેભાગે જાતીય સંબંધ, ખૂબ ઓછું પાણી પીવું, લાંબો સમય બાથરૂમ ન જવું. પ્રેગનન્સી, ડાયેરિયા કે પછી ડાયાબિટીસને કારણે થાય છે.

**કેવા હોય યુ.ટી.આઈ.નાં લક્ષણો ??**

- વારંવાર બાથરૂમ જવું પડે.
- બાથરૂમ કરતી વખતે દુઃખે અથવા બળે.
- બાથરૂમ ન જવાનું હોય ત્યારે પણ દુઃખાવો રહે.
- પેઢુમાં કે પડખામાં દુઃખે, ખૂબ થાક લાગે.
- યુરિનનું પ્રમાણ ઘટી જાય.
- યુરિનમાં બ્લિડિંગ થાય ત્યારે તેનો રંગ લાલાશ પડતો નારંગી કે દૂધીયો બની જાય.
- તાવ આવે તો તેનો અર્થ કે ઈન્ફેક્શન ખૂબ વધ્યું છે અને કિડની સુધી ગયું છે.
- ઘણા કેસમાં યુરિન નીકળે નહી અને પાછું કિડનીમાં જાય, તેનાથી કિડનીમાં ખૂબ ઈન્ફેક્શન વધે.

### યુ.ટી.આઈ. ડાયટ ટીપ્સ

| વધુ લેવું | ઓછું લેવું |
|---|---|
| ઓછી ચરબીવાળું પ્રોટીન જેમ કે ઈંડાની સફેદી, બાફેલા મગ, અનાજ, ગાજર, એરેટેડ ડ્રીંક, કેપ્સીકમ, ડુંગળી, કઠોળ, કંદમૂળ, ઓટ, ફળ, ૫૦૦ મિ.ગ્રા વિટામિન C ની ટેબ્લેટ, જવનું પાણી, નાળિયેર પાણી, લીંબુપાણી, કરમડાનો શરબત, હર્બલ ટી, છાશ | બ્રેડ, પાસ્તા, ખાંડ, કોફી, આલ્કોહોલ, |

- રોજનું દોઢ લીટર યુરિન બહાર નીકળે તે માટે વધારે પ્રમાણમાં પ્રવાહી આપવું.

- કરમડામાં 'ફ્લેવોનોલ્સ' પીગમૅન્ટ હોય છે જે યુરિનની ઍસિડીટી વધારે છે અને બેક્ટેરિયાનો વધારો થવા દેતા નથી.
- દહીંમાં 'પ્રોબાયોટીક બેક્ટેરિયા' છે તે પણ આ તકલીફમાં ફાયદાકારક છે.
- ૧૦ થી ૧૨ ગ્લાસ પાણી તો આપવું જ, તે ઉપરાંત ફળના રસ કે બીજાં પીણાં આપવા.
- ડાયાબિટીસના દર્દીઓને યુ.ટી.આઈ. જલદી થાય છે. પરંતુ તેવા દર્દીને નારંગી, મોસંબીના રસ, ખાંડવાળા શરબત બહુ ન અપાય. કેમકે કુદરતી ફ્રુકટોઝ વધશે તો શુગર પણ વધશે. જો શુગર વધારે રહે તો ઈન્ફેક્શન જરૂર વધે જ. શુગર ફ્રીવાળું લીંબુ પાણી, જવનું પાણી, નારિયેળ પાણી, તાડી કે છાશ અપાય.

## યુ.ટી.આઈ.નો ડાયટ પ્લાન

| સમય | ખોરાક | પ્રમાણ |
|---|---|---|
| ૭-૩૦ | ચા | ૧ કપ |
| | ખાખરા | ૨ નંગ |
| ૯-૦૦ | કરમડાનો જ્યૂસ | ૧ ગ્લાસ |
| | ઉપમા | ૧/૨ વાડકી |
| ૧૧-૦૦ | નાળિયેર પાણી | ૧ ગ્લાસ |
| ૧૨-૩૦ | રોટલી | ૨ નંગ |
| | દાળ | ૧ વાડકી |
| | ભાત | ૧/૨ વાડકી |
| | પરવળ-બટાકાનું શાક | ૧ વાડકી |
| | છાશ | ૧ ગ્લાસ |
| ૩-૩૦ | ગાજર-સફરજનનો જ્યૂસ | ૧ ગ્લાસ નાનો |
| ૪-૩૦ | દૂધીના મૂઠિયા | ૨ ચમચા |
| ૫-૩૦ | મોસંબીનો રસ | ૧/૨ ગ્લાસ |
| ૭-૦૦ | ડુંગળી-મગની દાળનો સૂપ | ૧ વાડકી |
| ૮-૦૦ | રીંગણ બટાકાનું શાક, | ૧ વાડકી |
| | ભાખરી, | ૩ નંગ |
| | દૂધ | ૧ ગ્લાસ |

## ૨. કિડની સ્ટોન

કિડનીના જુદા જુદા રોગમાં સહુથી વધારે દુઃખાવો કરતી તકલીફ કોઈ હોય તો તે સ્ટોનની તકલીફ છે. કિડનીમાં જુદા જુદા કારણસર એક કે વધારે સ્ટોન બને છે.

- ખોરાક અથવા પાણીમાં વધુ પડતા ક્ષારો આવે તો તેમાંથી સ્ટોન બને છે. મોટેભાગે તે યુરિનમાંથી બહાર નીકળી જાય છે.
- સ્ટોન મોટો હોય કે એકથી વધારે હોય ત્યારે દુઃખાવો ઊભો કરી શકે છે. યુરિનમાંથી ન નીકળે તો દુઃખાવો વધી જાય છે.
- સ્ટોન આખા યુરિનરી ટ્રેકમાં ફરતો રહીને યુરિનનો નિકાલ અટકાવે છે.

કિડની સ્ટોન થવાનાં કારણોમાં મોટું કારણ યુરિનમાં ક્ષારોનું વધુ પડતું પ્રમાણ છે. ઉપરાંત પાણી પીવાનું પ્રમાણ ખૂબ ઓછું હોય ત્યારે યુરિનમાં ક્ષારોનું પ્રમાણ વધી જાય છે. વધારે પડતા સોડિયમ કે ઓક્ઝેલેટવાળા પદાર્થ જેવા કે લીલી ભાજીઓ, બેકિંગ સોડાવાળી વસ્તુઓ, ખાવાનો સોડા, ચીઝ, કાર્બોનેટેડ ડ્રિંક, અથાણા વધુ લેવાતા હોય ત્યારે સ્ટોન થાય છે.

કિડની સ્ટોન વારસાગત પણ હોય છે. જે પુરુષ-સ્ત્રી બંનેમાં હોય છે. ગાઉટમાં યુરિક ઍસિડનો સ્ટોન થઈ શકે છે. કબજિયાતની દવા વધુ લેવાથી અથવા ઍસિડીટીની દવા વારંવાર લેવાથી પણ સ્ટોન થઈ શકે.

**કેવાં હોય સ્ટોનનાં લક્ષણો ??**

- પડખામાં કે પેઢુમાં દુઃખાવો થાય.
- યુરિનનો કલર ઘેરો, પીળો કે લાલાશ પડતો હોય.
- ઊલટી કે ઊબકા આવે.
- ઠંડી લાગીને તાવ ચઢે.

## કિડની સ્ટોનનો ડાયેટ

- યુરિનને પાતળું બનાવવા પ્રવાહી અને પાણી વધારે લેવા. પાણી વધારે લેવાથી સ્ટોન વધારે બનતા પણ અટકે છે.

- દર કલાકે ૮ થી ૧૦ ઔંસ પાણી લેવું.
- કેલ્શિયમ વધારે પડતું ઓછું કે વધારે ન લેવું.
- જેમને કેલ્શિયમના સ્ટોન થયા હોય તેમણે કેલ્શિયમના સપ્લીમૅન્ટ ન લેવા.
- જે ખોરાકમાં ઓક્ઝેલેટ વધારે હોય તે ખોરાક રોજના ૫૦ ગ્રામથી વધુ ન લેવા.
- ફાઈબર વધુ લેવા કારણકે ફાઈબર આંતરડામાં રહેલા કેલ્શિયમ સાથે જોડાઈ જઈ મળ દ્વારા બહાર કાઢે છે. જેને કારણે યુરિનમાં કેલ્શિયમ ઓછું નીકળે છે અને વધારે સ્ટોન થતા નથી. ફાઈબર આંતરડામાં પોષકતત્ત્વોનું હલનચલન પણ વધારે છે.
- ઓક્ઝેલેટના સ્ટોન હોય તો વિટામિન C ના સપ્લીમૅન્ટ ન લેવા.
- યુરિક ઍસિડના સ્ટોન હોય તો પ્રોટીન ઓછું લેવું.

**કિડની સ્ટોનમાં**

| વધુ લેવું | ઓછું લેવું |
|---|---|
| પાણી, કેળા, સફરજન, દૂધ, દહીં, અનાજ, નાળિયેર પાણી, જવનું પાણી, છાશ, નીરો | ચૉકલેટ, બીટ, ચા, ઘઉંનું થૂલું, મગફળી, કૉફી, કઠોળ, સ્ટ્રોબેરી, નારંગી, પાલખ, મેથી, ટોફુ શક્કરિયા, બિયર |

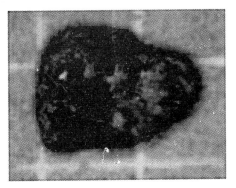

કિડની સ્ટોન

## કિડની સ્ટોનનો ડાયેટ પ્લાન

| સમય | ખોરાક | પ્રમાણ |
|---|---|---|
| ૭-૦૦ | ચા | ૧ કપ |
| ૮-૩૦ | દૂધ | ૧ ગ્લાસ |
| | વ્હીટ ફ્લેક્સ (લો સોડિયમ) | ૧/૨ વાડકી |
| | અથવા મૂસલી | |
| | કેળું | ૧ નંગ |
| ૧૨-૦૦ | છાશ | ૧ નંગ |
| ૧-૦૦ | રોટલી, | ૩ નંગ |
| | ફલાવર-બટાકાનું શાક | ૧ વાડકી |
| | કઢી | ૧ વાડકી |
| | પુલાવ | ૧ વાડકી |
| ૪-૦૦ | નાળિયેર પાણી | ૧ ગ્લાસ |
| ૫-૦૦ | તરબૂચ | ૧ વાડકો |
| ૭-૩૦ | દૂધીના થેપલા | ૩ નંગ |
| | દહીં | ૧ વાડકી |
| ૧૦-૦૦ | પપૈયું | ૧ વાડકો |

### ૩. ગ્લુમેરુલોનેફ્રાઈટીસ

આ રોગમાં કિડનીના નોર્મલ કામમાં તકલીફ થાય છે. આ તકલીફ સોજાના સ્વરૂપે જોવા મળે છે અથવા ડીજનરેટીવ ફેરફારના કારણે થાય છે. મોટેભાગે નાનાં બાળકો અને યુવાનોમાં આ તકલીફ થાય છે.

નેફ્રાઈટીસમાં કિડનીની ગાળણ પદ્ધતિને નુકસાન થાય છે. કીડનીમાં ખૂબ ઝીણી નસો હોય

છે, જે કચરો ગાળવામાં મદદ કરે છે તેને 'ગ્લુમેરુલી' કહે છે. આ નસોમાં નુકસાન થવાથી 'ફિલ્ટરેશન'નું કાર્ય અટકે છે. આને કારણે પ્રોટીનનું ફિલ્ટરેશન ન થતા યુરિનમાં તેનો લોસ થાય છે.

આ તકલીફ મોટા ભાગે બહારના કે આંતરિક ઈન્ફેક્શન અને ડાયાબિટીસથી થાય છે. ખાસ કરીને સ્ટ્રેપ્ટોકોક્સ બેક્ટેરિયા અને વાઈરલ ઈન્ફેક્શનથી થાય છે.

**કેવાં હોય તેનાં લક્ષણો ??**

- ઘેરા કથ્થઈ રંગનું યુરિન
- યુરિનમાં લોહી નીકળવું
- યુરિનમાં ફીણ થવું
- વધારે પડતું કે ખૂબ ઓછું યુરિન આઉટપુટ
- મોઢું, આંખો, ઘૂંટી, પગ, પેટ પર સોજા આવવા
- શરીરનો કે પેટનો દુઃખાવો
- ભૂખ મરી જવી, શ્વાસની તકલીફ કે હાઈ બી.પી.

હવે આટલી બધી તકલીફો હોય તેવી કંડીશનમાં ડાયેટ કેવો આપવો ? નેફ્રાઈટીસમાં ડાયેટનો મુખ્ય હેતુ એ છે કે યુરિયા અને નકામા કચરાના ઉત્પાદનને ઘટાડવું અને પ્રોટીનનો લોસ અટકાવવો. કેટલાક સરળ પણ કૉમ્પ્લિકેટેડ પોઈન્ટ જાણવા જરૂરી છે.

૧. શરીરમાં પોટેશ્યમનું પ્રમાણ જાળવવું બહુ જ જરૂરી છે.

૨. પૂરતી કૅલરી એટલે કે પૂરતો ખોરાક ન મળે તો શરીરમાં જે પ્રોટીન હોય તે કૅલરી આપવામાં વપરાઈ જાય. સાથે-સાથે મસલ પ્રોટીન પણ વપરાશે, માટે પૂરતી કૅલરી આપવી જ પડે.

૩. કિડનીનું કામ કોઈ પણ તબક્કે અટકે એટલે પ્રોટીનનું ચયાપચય અટકે અને નિકાલ થતો પદાર્થ યુરિયા લોહીમાં વધી જાય. સાથે-સાથે હાઈ-પ્રોટીન ડાયેટ બહુ જરૂરી છે, કારણકે ઘણી વખત યુરિનમાંથી પ્રોટીન લોસ ઘણો થાય છે.

૪. વિટામિન B અને C દવા સ્વરૂપે આપવાથી મદદરૂપ બને છે.

૫. કેટલાક દર્દીને 'ઈડીમા' થાય છે, એટલે કે પાણી ભરાઈને સોજા આવી જાય. આવા કેસમાં મોડરેટ પ્રોટીન લેવું.

૬. પ્રવાહીની જરૂરિયાત સચવાય અને પોષણ મળે તે માટે પીણાં વધારે આપવા.

૭. ખોરાકમાં ઉપરથી મીઠું નાંખીને કે પછી અતિશય ખારા પદાર્થો જેવાં કે અથાણાં, પાપડ ન આપવા.

૮. ટીનનું માંસ, ચીઝ, ચીપ્સ, વેફર્સ, બ્રેકફાસ્ટ સિરિયલ, બ્રેડ, ટીનના સૉસ ન આપવાં કારણકે તેમાં ઘણું સોડિયમ ઉમેરેલું હોય છે.

૯. ખાવાનું મીઠું રોજ ૨ ગ્રામ એટલે કે ૧/૪ ટી સ્પૂન આપવું. (સોજાની કંડીશનમાં)

૧૦. વધારે પડતું પોટેશ્યમ કે ફોસ્ફરસ ન આપવું. જેમાં કેળા, સોલ્ટેડ નટ્સ, નારંગી, નાળિયેર પાણી, ભાજી, ગાયનું દૂધ, ચીઝ, ઈંડા વગેરે આવશે.

## નેફ્રાઈટીસનો ડાયેટ પ્લાન

| સમય | ખોરાક | પ્રમાણ |
|---|---|---|
| ૭-૦૦ | ચા | ૧ કપ |
| | મીઠા વગરની ભાખરી | ૨ નંગ |
| | પપૈયું | ૧/૨ વાડકો |
| ૧૦-૦૦ | મોસંબીનો રસ | ૧ નાનો ગ્લાસ |
| ૧૧-૩૦ | છાશ (મીઠા વગર) | ૧ નાનોગ્લાસ |
| ૧-૦૦ | રોટલી | ૩ નંગ |
| | તુવેર-રીંગણનું શાક | ૧ વાડકી |
| | દાળ | ૧ વાડકી |
| | ભાત | ૧ વાડકી |
| ૩-૩૦ | સફરજન | ૧ નંગ |
| ૫-૦૦ | ચા | ૧ કપ |
| | મમરા-સેવ | ૧ વાડકી |
| ૮-૦૦ | મટર-પનીરનું શાક | ૧ વાડકી |
| | પરોઠા (મીઠા વગરના) | ૪ નંગ |
| ૧૦-૦૦ | દૂધ | ૧ ગ્લાસ |

ટૂંકમાં રોજની રસોઈમાં મીઠું ખૂબ ઓછું કે મધ્યમ હોય તે જોવું.

## ૪. ગાઉટ

કિડનીના કામ સાથે આડકતરી રીતે જોડાયેલો રોગ ગાઉટ છે. જે કચરો યુરિક ઍસિડમાંથી યુરિયા બનીને નીકળી જવો જોઈએ. તેમાં એટલે કે યુરિક ઍસિડના ચયાપચયમાં કોઈક અવરોધ થાય છે. પરિણામે લોહીમાં યુરિક ઍસિડ વધી જાય છે અને બહાર નીકળતું નથી. વધી ગયેલો યુરિક ઍસિડ કાર્ટીલેજ અને સાંધાના ભાગે ક્ષારના રૂપમાં જમા થાય છે.

- સ્ત્રીઓ કરતા પુરુષોમાં ગાઉટ વધારે થાય છે.
- યુરિક ઍસિડના જમા થયેલા ક્ષાર સાંધાઓમાં દુ:ખાવા અને સોજા લાવી દે છે.
- પુરુષોના લોહીમાં દર ૧૦૦ મિ.લી.માં ૬ ગ્રામથી ઓછું અને સ્ત્રીઓના લોહીમાં ૫ ગ્રામથી ઓછું યુરિક ઍસિડ હોય છે.
- ડાયાબિટીસ કે બી.પી.ની માફક ગાઉટ પણ વારસાગત રોગ છે.
- હાઈ બી.પી.વાળા દર્દીને ગાઉટ ઝટ થઈ શકે છે.
- ગાઉટ થયા પછી આર્થરાઈટીસ, કિડની સ્ટોન કે કિડનીનો બીજો રોગ થવાની શક્યતા ઘણી વધુ થઈ જાય છે.
- ગાઉટના દર્દીએ પ્યુરીન વધારે હોય તેવા અને હાઈ પ્રોટીન ફૂડ ઓછા લેવા.

| ખૂબ ઓછું લેવું | લઈ શકાય |
|---|---|
| હાઈ પ્યુરિન ફૂડ જેવા કે માંસ, કઠોળ, માછલી મિડિયમ પ્યુરીન ફૂડ જેવા કે રીંગણ, ફલાવર, ફણસી, વટાણા, મશરૂમ, પાલક, ચીકુ, સીતાફળ, દાળ, આલ્કોહોલ, વધુ પડતી ચરબી મીઠાઈઓ, પેસ્ટ્રી | દૂધી, કોબી, બટાકા, સરગવો, ટીંડોળા, ભીંડા, સફરજન, કેળા, કેરી, દ્રાક્ષ, પપૈયું, દૂધ, દહીં, માવો, પનીર, ઈંડા, અનાજ, સોયાબીન, ઉગાડેલા મગ |

**જાણો ગાઉટનું વિશેષ :**

- જાડી વ્યક્તિને ગાઉટ થવાના ચાન્સ વધારે છે, માટે વજન વધારે હોય તો ઉતારવું બહુ જરૂરી છે. વજન ન ઊતરે તો વજન ઊંચકનાર હાડકામાં ગાઉટના કારણે ખરાબ ફેરફાર થાય છે.
- રોજ ૨ લીટર યુરિન નીકળે તેટલું પ્રવાહી લેવું.
- ચા અને કૉફીમાં મિથાઈલ પ્યુરીન હોય છે પણ તે યુરિક ઍસિડમાં ફેરવાતું નથી. આથી ૨ થી ૩ કપ ચા-કૉફી લઈ શકાય.
- વ્હીસ્કી, બિયર અને રેડવાઇન ગાઉટનો દુઃખાવો વધારે છે.

**ગાઉટનો ડાયેટ પ્લાન**

| સમય | ખોરાક | પ્રમાણ |
|---|---|---|
| ૭-૦૦ | દૂધ | ૧ કપ |
| | ટોસ્ટ અથવા ખાખરો | ૨ નંગ |
| ૯-૦૦ | નારંગી | ૧ નંગ |
| ૧૨-૦૦ | તૂરિયાનું શાક | ૧ વાડકી |
| | રોટલી | ૩ નંગ |
| | ફણગાવેલા મગ | ૧/૨ વાડકી |
| | કઢી | ૧ વાડકી |
| | ભાત | ૧ ચમચો |
| ૨-૦૦ | છાશ | ૧ ગ્લાસ |
| ૪-૦૦ | ચા | ૧ કપ |
| | બિસ્કિટ | ૨ નંગ |
| ૭-૦૦ | કોળા-ગાજર-ટામેટાનો સૂપ | ૧ કપ |
| ૮-૩૦ | દૂધી-બટાકાનું શાક | ૧ વાડકી |
| | ભાખરી | ૩ નંગ |
| | દૂધ | ૧ ગ્લાસ |

## ૫. એક્યુટ કિડની ફેઈલ્યોર એન્ડ ક્રોનિક કિડની ફેઈલ્યોર

આ બંને તકલીફો કિડનીની ખરાબી સૂચવે છે. જેમાં જુદી જુદી પરિસ્થિતિમાં અને જુદા જુદા સમયે તથા જુદા-જુદા કારણસર કિડની કામ કરતી બંધ થઈ જાય છે.

| એક્યુટ કિડની ફેઈલ્યોર | ક્રોનિક કિડની ફેઈલ્યોર |
|---|---|
| • બંને કિડની એકાએક કામ કરતી બંધ થઈ જાય. અથવા ખૂબ ઓછું કામ કરે. | • કિડનીનું કામ ધીમે ધીમે, અટકીને થાય લાંબા ગાળે કિડની બગડતી જાય. |
| • કિડની કચરો ગાળી ન શકે ત્યારે શરીરમાં ક્ષારો અને કચરો ભયજનક રીતે વધી જાય છે. | • કચરાનો નિકાલ, પોષકતત્ત્વોનું ફરી શોષણ, પ્રવાહીનું બૅલેન્સ, હોર્મોન્સની રચના. આ બધા કામ વારાફરતી ધીમે ધીમે અટકે. |
| • બગાડવાળું લોહી કિડનીમાં આવનજાવન કરે. | |

- એક્યુટ ફેલ્યોરમાં કિડનીના બંધારણને સીધી જ અસર પડે છે.
- ઈ.કોલાઈ, આલ્કોહોલ, કોકેન, કિમોથેરાપી, કિડનીમાં સોજા – આ બધાને લીધે એક્યુટ ફેલ્યોર થાય છે.
- ક્રોનિક ફેલ્યોર મોટેભાગે કિડનીના અન્ય રોગ, કેન્સર, હાઈબ્લડપ્રેશર, ગાઉટ, ડાયાબિટીસ અને ઓટોઈમ્યુન ડીસઑર્ડર(શરીરની થાઈરોઈડ ગ્રંથિ શરીરના પ્રતિકારક તંત્ર પર હુમલો કરી તેને નબળું પાડે)ને કારણે થાય છે.
- ક્રોનિક ફેલ્યોરમાં કિડની ચયાપચયની પ્રક્રિયાઓ કરી શકતી નથી.

## લક્ષણો

| એક્યુટ ફેલ્યોર | ક્રોનિક ફેલ્યોર |
|---|---|
| યુરિનનો ઘટાડો, શરીરમાં પ્રવાહી ભરાઈને સોજા આવવા, પગ અને ઘૂંટીમાં સોજા, ઘેન, વધુ પડતી ઉંઘ, થાક, છાતીમાં દુઃખાવો, હૃદયના કામમાં તકલીફ, આગળ જતા કિડનીના કોષ ખરાબ થવાની સ્થિતિ ઊભી થાય. | નાની-મોટી માંદગી, ડિહાઈડ્રેશન, સોડિયમમાં ઘટાડો, ભૂખ મરી જવી, ઊલટી, એનિમિયા,અમુક ભાગમાં સંવેદના જ ન થવી, પીગમેન્ટેશન, વજનનો ઘટાડો. |

આગળ જતા ડાયાલિસીસ કરવું પડે તો ઈલેક્ટ્રોલાઈટ, લૉ ફ્લ્યુઈડ, હાઈ કાર્બોહાઈડ્રેટ, લૉ પ્રોટીન ડાયેટ આપવો પડે.

## એક્યુટ અને ક્રોનિક ફેલ્યોરમાં ડાયેટ ટીપ્સ

| એક્યુટ | ક્રોનિક |
|---|---|
| કાર્બોહાઈડ્રેટ અને ચરબી વધુ આપવા પણ પ્રોટીન ઓછું આપવું. મીઠું પણ ૫ ગ્રામથી વધુ ન અપાય. બટાકા, ટામેટા, કોળું, પાલખ ઓછા લેવા. | સોડિયમ ઉપરાંત પોટેશ્યમ, મેગ્નેશ્યમ અને અન્ય ઈલેક્ટ્રોલાઈટ્સ ઓછા કરવા. ડાયાલિસીસ પછી પ્રોટીન વધારે આપવું. દૂધ, ઈંડા, માછલી, વ્હે પ્રોટીન આપવા. જુદા જુદા તેલ, અનાજ આપી શકાય. |

## કિડની ફેલ્યોરનો ડાયેટ પ્લાન

| સમય | ખોરાક | પ્રમાણ |
|---|---|---|
| ૭-૦૦ | ચા | ૧ કપ |
| | ઉપમા | ૧ વાડકી |
| ૯-૦૦ | સફરજન | ૧ નંગ |
| ૧૨-૦૦ | રોટલી | ૪ નંગ |
| | રીંગણ-વટાણાનું શાક | ૧ વાડકી |
| | દાળ | ૧ વાડકી |
| | ભાત | ૧ ચમચો |
| | ગાજરનો સંભારો | ૧/૨ વાડકી |
| ૪-૦૦ | ચા | ૧ કપ |
| | બિસ્કિટ | ૨ નંગ |
| ૬-૦૦ | સાદું દૂધ | ૧ ગ્લાસ |
| ૮-૦૦ | બાજરીના રોટલા | ૨ નંગ |
| | ભીંડાની કઢી | ૧/૨ વાડકી |
| | દૂધીનું શાક | ૧ વાડકી |

### ૬. રીનલ એસિડોસીસ

રીનલ ઍસિડોસીસ એટલે એવી તકલીફ કે જેમાં કિડનીમાંથી ઍસિડીક તત્ત્વો બહાર ન નીકળી શકે અને લોહીમાં વધારે પ્રમાણમાં ભેગા થઈ જાય. લોહીની આલ્કલીનિટી ખૂબ ઘટી જાય અને ઍસિડીટી વધી જાય તેને 'ઍસિડોસીસ' કહે છે.

- આપણા લોહીમાં થોડી ઍસિડિટી હોય જ છે પણ તે જ્યારે વધી જાય ત્યારે શરીરના ઘણાં બધાં કામ ખોરંભે પડી જાય છે.
- શરીરના કોષોના સમારકામની પ્રક્રિયા અને બીજા તંત્રોને અચૂક અસર થાય છે.

- જ્યારે કિડની, લિવર કે એડ્રીનલ ગ્લેન્ડનું કામ અટકે ત્યારે આ તકલીફ થાય છે.
- વધુ પડતો ગુસ્સો, ભય, ડર, માનસિક તાણ પણ લોહીની ઍસિડિટી વધારી શકે છે.
- વિટામિનનો ઓવરડોઝ, એન્ટીબાયોટીક, એસ્પીરીન કે બ્લડપ્રેશરની ગોળી પણ આ તકલીફ કરી શકે છે.

**કેવાં હોય તેનાં લક્ષણો ?**

- માનસિક ગૂંચવણ કે મૂંઝવણ
- ધ્યાન કેન્દ્રિત કરવાની તકલીફ
- થાક અને સ્નાયુઓના દુ:ખાવા
- ડિહાઈડ્રેશન, શ્વાસ ચઢવો
- હાડકાં નબળાં પડે છે, વાંકા વળી જાય છે, દાંત નબળા પડે છે.
- યુરિનનું પ્રમાણ ઘટી જવું

## ડાયેટ ટીપ્સ ફોર રીનલ એસિડોસીસ

- સહુથી પહેલા ઉપાય તરીકે ઍસિડિક ખોરાક લેવાના બંધ કરવા.
- વધારે ઍસિડિક ખોરાકમાં ઓટમીલ, લોટની બનાવટો, મકાઈ, કઠોળ, કરમડા, પ્લમ, માંસ, કૉફી, કોકો, ચા, મીઠાઈ, ખાંડવાળા સીરપ કે જ્યૂસ આવે છે.
- ઍસિડ ઘટાડવા માટે આલ્કલાઈન ખોરાક લેવો. જેમ કે સોયાબીનની વાનગી, કેળા, પપૈયું, સફરજન, શાકભાજી, લીલું નાળિયેર, મધ, ખજૂર, કાળી દ્રાક્ષ, બેકિંગ સોડાવાળી વાનગી

**નોંધ :**

૧. કિડનીના જુદા જુદા રોગોમાં પાણી, ઈલેક્ટ્રોલાઈટ્સ, પ્રોટીન, કાર્બોહાઈડ્રેટ અને મિનરલ્સ જુદા જુદા પ્રમાણમાં આપવાના હોય છે.

૨. દર્દીની અન્ય તકલીફો જેવી કે વધુ વજન, મોટી ઉંમર, ડાયાબિટીસ, બ્લડપ્રેશર વગેરેને ભૂલવા નહીં.

૩. આ ચેપ્ટરમાં જુદા-જુદા રોગના ડાયેટના સામાન્ય મુદ્દાઓ આપ્યા છે જેની સાથે ડૉક્ટરની સલાહ જરૂર લેવી.

# ૭
# ડાયાબિટીસ મેલાઈટ્સ

ડાયાબિટીસ એક એવો રોગ કે જેને સંભાળવો પ્રમાણમાં સરળ પણ છે, અઘરો પણ છે અને તેને સાચવીએ નહીં તો બીજા ઘણા રોગોને મોકલે છે અને શરીર બગાડે છે. ડાયાબિટીસ સાથે ઘણી ખોટી ભ્રામક માન્યતાઓ વણાઈ ગઈ છે. જેનો ઉલ્લેખ હું પહેલા જ કરીશ. તેની સમજૂતી પાછળ જરૂર આપીશ.

કેટલાક કોમન પ્રશ્નો આ પ્રકારના હોય છે.

૧. મારાથી હવે ભાત કે ખીચડી ન ખવાય?

૨. બટાકા કે બીજા કંદમૂળ ન ખવાય?

૩. કેળા કે બીજા ફળ શુગર વધારી દે?

૪. તળેલી વાનગી ખવાય? ગળપણવાળી વાનગી બંધ?

૫. ચા-કૉફીમાં ખાંડના બદલે શુગર-ફ્રી વપરાય?

શું આવી વાતો ક્યારેય તમારા ફિઝિશિયને તમને કરી છે? ના, અને કરી હશે તો તેને સાચી રીતે તમે સમજ્યા નથી. ડાયાબિટીસ વિશે થોડી વધુ જાણકારી મેળવવાથી ઉપરના પ્રશ્નોના જવાબ જરૂર મળશે. ડાયાબિટીસમાં પણ બધા પ્રકારના પૌષ્ટિક અને સ્વાદિષ્ટ ખોરાક ખાઈ શકાય છે. પરંતુ હા, સીરપ, મીઠાઈ, આલ્કોહૉલ, ઠંડાં પીણાં, વધારે પડતા ગળ્યા ફળ ઓછા ખાવા અથવા બિલકુલ બંધ કરવા જોઈએ.

ડાયાબિટીસ મેટાબોલીક ડિસિઝ છે જે હોર્મોનના કામમાં તકલીફ થતા ઉદ્‌ભવે છે. સ્વાદુપિંડમાં 'આઈલેટ્સ ઑફ લેન્ગરહેન્સ' નામના ઝીણા કોષ હોય છે. જેમાંથી ઈન્સ્યુલીન હોર્મોન નીકળે છે. ઈન્સ્યુલીન શરીરમાં ખોરાક દ્વારા આવતી શુગરનું બૅલેન્સ કરે છે. આ સ્રાવ ઘટી જાય કે બંધ થઈ જાય ત્યારે ખોરાકમાંથી આવતી શુગર વપરાતી નથી અને લોહીમાં કે યુરિનમાં વધી જાય છે. આ સ્થિતિ ડાયાબિટીસ છે.

- ઘણા કિસ્સાઓમાં એવું પણ જોવા મળે છે કે ઈન્સ્યુલીન ઝરવાનું પૂરું બંધ ન થાય પણ ઘટી જાય. તે કોર્ટીઝોન (સ્ટેરોઇડ) દવાના ઉપયોગને કારણે અથવા થાઈરોઇડના કારણે ઓછું નીકળતું હોય. ઘણા લોકો આહારમાં સિમ્પલ શુગર એટલી બધી લેતા હોય કે ઈન્સ્યુલીન તેને ઓગાળી શકે નહીં. એટલે કે સ્વાદુપિંડમાંથી ઈન્સ્યુલીન નીકળતું તો હોય પણ ખોરાકમાંથી આવતા શુગરના પ્રમાણને પૂરેપૂરું ન ઓગાળતું હોય.
- વારસો, સ્થૂળતા, સ્ટ્રેસ, ડ્રગ ઈન્ટરએક્શન, બેઠાડું જીવન, સ્વાદુપિંડની જન્મજાત તકલીફ આ બધા પણ તેનાં કારણો હોઈ શકે છે.
- ડાયાબિટીસ કન્ટ્રોલમાં ન રહે તો ચરબી અને પ્રોટીનના ચયાપચય પર ખરાબ અસર થાય છે. એટલું જ નહીં પણ લાંબા ગાળે કિડની, આંખો, હાડકા, નર્વસ સિસ્ટમ – આ બધાની તંદુરસ્તી ભયમાં આવે છે.

## ડાયાબિટીસના પ્રકાર

| જુવેનાઈલ | એડલ્ટ | સીનાઈલ |
|---|---|---|
| (જન્મથી કે બાળપણથી) | (૩૦ થી ૪૦ વર્ષે થતો) | (૫૦ વર્ષ પછી) |

| ઈન્સ્યુલીન ડીપેડન્ટ | નોનઈન્સ્યુલીન ડીપેડન્ટ |
|---|---|
| (આઈડીડીએમ) | (એનઆઈડીડીએમ) |

- જે બાળકોને જન્મથી જ ઈન્સ્યુલીન ન ઝરે તેમને જુવેનાઈલ ડાયાબિટીસ, મોટી ઉંમરે થાય તે એડલ્ટ ડાયાબિટીસ અને પાછલી ઉંમરે થાય તે સીનાઈલ ડાયાબિટીસ છે.

- ઈન્સ્યુલીન લીધા વગર ન ચાલે તેને આઈડીડીએમ કહે છે. જ્યારે ટેબ્લેટ લઈને શુગર ઓગાળી શકે તેને એનઆઈડીડીએમ કહે છે.

**કેવા હોય ડાયાબિટીસનાં લક્ષણો ?**

- લોહીમાં ખાંડનું પ્રમાણ વધારે રહેવાથી શરીર – ખાસ કરીને પગ ખૂબ દુઃખે છે.
- શરીરની ખાંડ શક્તિ આપવામાં વપરાતી નથી માટે ગળ્યું ખાવાની ઈચ્છા થાય છે.
- થાક, આળસ, સુસ્તી રહે છે.
- ખૂબ ભૂખ અને તરસ લાગે છે, વધારે પડતું યુરિનેશન થાય છે.
- શરીર પાતળું પડી જાય છે.
- વાગેલું હોય તો ઝટ રૂઝાતું નથી.

## ડાયાબિટીસનો ડાયેટ

ડાયાબિટીસના ડાયેટનો મુખ્ય સિદ્ધાંત એ છે કે શરીરની જરૂરિયાત જેટલી કેલરી આપવી. આ કેલરી કાર્બોહાઈડ્રેટ, પ્રોટીન અને અસંતૃપ્ત ચરબીમાંથી મળવી જોઈએ. કેલરીનું પ્રાપ્તિ સ્થાન ગ્લુકોઝ વધારવા કે ઘટાડવામાં અગત્યનું છે.

સિમ્પલ શુગરવાળા પદાર્થો જેવા કે મીઠાઈ, શરબત, ફળના રસ, ઠંડાં પીણાં, બિસ્કિટ, કેક, જામ, જેલી, પુડિંગ, ખાંડની વાનગીઓ સાવ ઓછી લેવી.

કૉમ્પ્લેક્સ શુગરવાળા પદાર્થો જેવા કે થૂલું, ઓટ, ફાડા, અનાજ, ફળ, ઉગાડેલા મગ, કઠોળ જેવા કે મઠ, ચણા, તુવેર, કંદમૂળ, શાક અને ભાજીઓ વધારે લેવા.

ઓવરવેઈટ ડાયાબિટીક્સને ચરબી ખૂબ ઓછી અને કૉમ્પ્લેક્સ કાર્બ તથા ફર્સ્ટ ક્લાસ પ્રોટીન આપવું. અંડરવેઈટ વ્યક્તિને અસંતૃપ્ત ચરબી માપસર આપવી.

### ગ્લાયસેમિક ઈન્ડેક્સ (G..I.)

જે પદાર્થના પાચન પછી લાંબા સમયે અને ધીમે ધીમે ખાંડ બને તેને Low G.I. Food અને ઝડપથી અને વધારે પ્રમાણમાં ખાંડ બને તેને High G.I. Food કહે છે.

High G.I. Foods : બધી જ બેક્ડ વાનગીઓ, બિસ્કિટ, પીઝા, કોર્નફ્લેક્સ, બાજરી, જરદાલુ, દ્રાક્ષ, તરબૂચ, ટીનના સૂપ, ઠંડાં પીણાં, જ્યૂસ, મીઠાઈ, આઈસક્રીમ, બ્રેડ (વ્હાઈટ),

વધારે ગળપણવાળી ચૉકલેટ.

Medium G.I. Foods : બટાકા, ફળના રસ, બ્રેડ (ઘઉંની), પાસ્તા, ચોખા, કેરી, પાઈનેપલ, સ્પગેટી

Low G.I. Foods : સેમી સ્કીમ દૂધ, દહીં, ચીઝ, ફળ, ઉગાડેલા મગ, નટ્સ, કઠોળ, કાકડી, રીંગણ, પાલખ, વટાણા, ટામેટા (બધાં લીલાં શાક)

મોટાભાગના લોકોને ગ્લાયસેમિક ઈન્ડેક્સ વિષે ખ્યાલ હોતો નથી. એવી માન્યતા હોય છે કે ડાયાબિટીસવાળાથી ફળ ન ખવાય પરંતુ કેળાં, સફરજન, પપૈયું, દ્રાક્ષ, ચીકુ, પેર જેવા ફળનો ગ્લાયસેમિક ઈન્ડેક્સ મિડિયમ અથવા લૉ છે. આથી ગ્લાયસેમિક ઈન્ડેકસ જાણવો ડાયાબિટીસના દર્દીનો ડાયટ પ્લાન કરવા ખૂબ જરૂરી છે. ગ્લાયસેમિક ઈન્ડેક્સ નક્કી કરવા કોઈપણ ખોરાક લીધા પછી ૨ થી ૩ કલાક સુધી દર ૧૫ મિનિટે શુગર આપી તેનો ગ્રાફ બનાવવામાં આવે છે. દરેક ફુડ ગ્રુપનો સરેરાશ રિસ્પોન્સ આપીને ગ્લાયસેમિક ઈન્ડેકસ નક્કી થાય છે. ૫૫ થી નીચેના ઈન્ડેક્સવાળી વાનગીઓ લૉ ગ્લાયસેમિક, ૭૦ સુધીની વાનગી મિડિયમ ગ્લાયસેમિક અને ૭૦ થી ઉપરની હાઈ ગ્લાયસેમિક કહેવાય છે. જે ખૂબ જલ્દી અને વધારે પ્રમાણમાં ખાંડ વધારે છે.

ટૂંકમાં કહું તો ગ્લાયસેમિક ઈન્ડેકસ 'લૉ' અને 'મિડિયમ' હોય તે પદાર્થો ડાયાબિટીસમાં જરૂર ખવાય અને દિવસમાં એક કરતા વધારે વખત.

હવે એક Sample diet Plan જોઈએ.

| સમય | ખોરાક | પ્રમાણ |
|---|---|---|
| ૭-૦૦ | ચા (મોળી અથવા પા ચમચી ખાંડ) | ૧ કપ |
| ૮-૦૦ | મેથીના થેપલા/ બટાકાપૌંઆ/ઉપમા/ફણગાવેલા કઠોળ | ૨ નંગ/૧/૨ વાડકી |
| | સેમી સ્કીમ દૂધ | ૧ ગ્લાસ |
| ૧૧-૦૦ | સફરજન અથવા જાંબુ | ૧ નંગ |
| | (અથવા સીઝનનું બીજું ફળ) | ૫ નંગ |
| ૧-૦૦ | જુવારની અથવા ઘઉંની રોટલી | ૨ નંગ |
| | ઓછા ગોળવાળી દાળ | ૧ વાડકી |
| | કારેલાનું ગળપણ વગરનું શાક | |
| | (કોઈપણ બીજું શાક ચાલે) | ૧ વાડકી |
| | કાકડી-ટામેટા-ડુંગળીનું સલાડ | ૧/૨ વાડકી |
| | ભાત | ૧/૨ ચમચો |
| ૪-૦૦ | ચા | ૧ કપ |
| | મમરા/શેકેલા પૌંઆનો ચેવડો/ખારા ચણા | ૧/૨ વાડકી |
| ૬-૦૦ | ડાયજેસ્ટીવ બિસ્કિટ | ૨ નંગ |
| ૮-૦૦ | તુવેર-રીંગણનું શાક | ૧ વાડકી |
| | થૂલાવાળી ભાખરી | ૨ નંગ |
| ૧૦-૦૦ | મોળું દૂધ | ૧ ગ્લાસ |

## રસોઈમાં ખાંડ

આમ તો, દરેક ખોરાકમાં કુદરતી શુગર હોય છે. પણ ગુજરાતીઓના રસોડામાં દાળ, શાક, ઢેબરા, મૂઠિયા, કઠોળ આ બધામાં ગોળ-ખાંડ છૂટથી વપરાય છે. જે ટોટલ

કેલરી અને શુગરમાં ઘણો વધારો કરે છે. શુગર પણ વધે અને અંતે અનવૉન્ટેડ વેઈટ ગેઈન પણ ખરું જ. માટે રોજની રસોઈમાં ખાંડ અને ગોળનો વપરાશ પૂરેપૂરો અથવા થોડો ઘટાડવો અને ચા કે દૂધમાં પા ચમચી ખાંડ નાંખવી હિતાવહ છે, કારણ કે શુગર ફ્રીની લાંબા ગાળાની અસરો ખરાબ છે. પરંતુ સુગરફ્રીના બદલે ખાંડ પણ લેવાની અને રસોઈમાં ગળપણ ચાલુ રાખવાનું એ ડબલ નુકસાન કરે છે. દિવસમાં ૨ ટીસ્પૂન ખાંડ લઈ શકાય.

## Sugar Free

શુગર ફ્રી પાવડર, ગોળી કે ડ્રોપ્સ ખાંડ જેટલી કેલરી કે શુગર નથી આપતા અને છતાં ગળપણ આપે છે. આથી ઘણા લોકો રસોઈમાં અથવા મીઠાઈમાં તેને છૂટથી વાપરે છે. પરંતુ તે કોઈ જાદુઈ ચીજ નથી કે જેની આડઅસર ન થાય !!! તે એક કેમિકલ છે અને તેનાથી લાંબા ગાળે ડિપ્રેશન, અનિંદ્રા, યાદશક્તિમાં ઘટાડો થાય છે. લાંબા ગાળે તે પણ શુગર વધારે જ છે. શરૂઆતમાં સેકેરીન, એસ્પરટેમ જેવા આર્ટીફિશ્યલ શુગર ફ્રી ઘણાં વખણાતા હતા. લોકો ડાયાબિટીસ ન હોય તો પણ ખાંડની કેલરી બચાવવા તેને લેતા હતા. પરંતુ વર્ષોના ઉપયોગ પછી અને સંશોધન થયા પછી જાણવા મળ્યું છે કે, તે ઘણી બધી ખરાબ અસરો કરે છે. ત્યાર બાદ સુક્રાલેઝ વપરાવા માંડ્યું, પરંતુ તેનો ઉપયોગ પણ મધ્યમ થાય તે જરૂરી છે. હવે સ્ટેવીયા સુગરફ્રી આવે છે. પણ એ બધું જ્યાં સુધી ન લેવાય ત્યાં સુધી સારું.

## ફળ

મોટાભાગના ફળ મિડિયમ કે લૉ જી.આઇ. ધરાવે છે. પરંતુ કેરી, તડબૂચ અને સીતાફળ હાઇ જી.આઇ. છે. જાંબુ, પ્લમ, પેર, નારંગી, પીચ, એપલ, કેળું લઈ શકાય છે. નાસ્તામાં જો હાઇફાઇબરવાળા પદાર્થો લેવાતા હોય તો તે ફાયદો કરે છે પણ બિસ્કિટ, વેફર કે બીજા તળેલા નાસ્તા શુગર વધારે છે કારણ કે તેમાં ચરબી પણ હોય છે અને ફાઇબરનું પ્રમાણ ઓછું હોય છે. આથી ડાયાબિટીસવાળાએ આવા નાસ્તા લેવા કરતાં ફળને નાસ્તા તરીકે લેવા જોઈએ, પરંતુ તેનું પ્રમાણ અને પ્રકાર જાળવીને ખાવું જોઈએ. વળી ચેવડા-ચવાણામાં પણ ખાંડ તો ઉમેરેલી જ હોય !

## Fat alert

૧ ટી. સ્પૂન ચરબી (ઘી-તેલ-માખણ) ૯ કેલરી આપે છે. જેનું અંતિમ સ્વરૂપ ગ્લુકોઝ જ છે. જેટલી વધુ કેલરી ચરબીમાંથી મળે તેટલું વધુ ગ્લુકોઝ બને ! પ્રમાણસર ખાવાનો વાંધો નથી પણ ગળ્યું નહીં ખાવાનું ને તળેલું વધારે ખાવાથી કોઈ ફાયદો નથી થતો. વળી માખણ, માવો, ચીઝ વગેરે વધારે પડતા ખાવાથી સંતૃપ્ત ચરબી મળે છે. જે ખૂબ ઝડપથી કૉલેસ્ટરોલ વધારે છે. ડાયાબિટીસને કારણે શરીરમાં ટ્રાયગ્લીસરાઇડ વધે છે માટે ફ્લેક્સસીડ, નટ્સ, અસંતૃપ્ત ચરબી, માછલી વધુ લેવી. સંતૃપ્ત ચરબીની ખાંડ વગરની વાનગી પણ નુકસાન કરે છે.

### ફળના રસ

૧ ગ્લાસ જ્યૂસ કાઢવા ૪ નારંગી જોઈશે. ખરું ને? આ ૪ નારંગીનું ફ્રુક્ટોઝ (ફળની શુગર) તમારો ડાયાબિટીસ વધારશે. તેના કરતા ફળ ખાવું વધારે સારું. કારણકે આખું ફળ ખાવાથી વિટામિન ઉપરાંત ફાઈબર મળે. વળી ફળનો રસ કાઢવા દરમિયાન વિટામિન નાશ પામે તે જુદું. આખું ફળ ખાવાથી પેટ જલદી ભરાય છે કારણ કે તેમાં ફાઈબર હોય છે. લૉ અથવા મીડીયમ g.i.વાળા ફળ જરૂર લેવા.

### ઇટ સ્માર્ટ

થોડું થોડું ૨ થી ૩ કલાકે ખાવું. દર બેથી ત્રણ કલાકે ખાવાથી શુગર બૅલેન્સ રહે છે. શરીરમાં શુગરનો રેગ્યુલર સપ્લાય મળવાથી શુગર ઘટી જતી નથી. લાંબો સમય ન ખાવાથી શુગર ખૂબ ઘટી જાય ત્યારે ગળ્યું ખાવું જ પડે છે જે ડાયાબિટીસ વધારે છે અને શુગર ઘટવાથી મગજને નુકસાન થાય છે. દર બેથી ત્રણ કલાકે પૌંઆ, ઉપમા, ફણગાવેલા કઠોળ, નટ્સ લૉ જી.આઇ. વાળા ફળ, દૂધ અથવા દહીં લઈને બૅલેન્સ ડાયેટ કરી શકાય. તેનાથી શુગર વધશે પણ નહીં અને ઘટશે પણ નહીં. જ્યારે શુગર ઘટી ગયેલી જણાય ત્યારે પ્રથમ ઉપાય તરીકે ઠંડું પીણું અથવા ખાંડ નાંખીને લીંબુનું શરબત કે દૂધ પીવું. આમ કરવાનું કારણ એ છે કે પ્રવાહીની ખાંડ લોહીમાં જલ્દી ભળે છે. તે સમયે મીઠાઇ, આઈસ્ક્રીમ કે ચૉકલેટ ખાવાથી લોહીમાં ખાંડ ભળતા થોડીક વાર લાગે છે. શક્ય હોય તો તે સમયે ગ્લુકોમીટરથી શુગર ચેક કરવી. ગળ્યું ખાધા પછી ફરી વખત પણ ચેક કરવી.

જો ગ્લુકોમીટરમાં શુગરનો આંક ૫ અથવા ૮૦થી ઉપર આવે તો વધારે ગળ્યું ખાવાનું બંધ કરવું કારણ કે ત્યાર પછી શુગર ધીમે ધીમે વધીને નોર્મલ થઈ જશે. કેટલાક ગ્લુકોમીટરમાં આવેલા આંકને ૧૮ વડે ગુણીને ખાંડનું પ્રમાણ જાણી શકાય છે. દા.ત. શુગર ૫.૨ આવે તો તેનો ૧૮ વડે ગુણાકાર કરવાથી ૯૩.૬ આવે જે નોર્મલ ગણાય.

## સ્વીટ ક્રેવિંગ

ડાયાબિટીસમાં શરીરની શુગર લોહીમાં ફરતી રહે છે અને શક્તિ છૂટી પાડતી નથી. માટે વ્યક્તિને ગળ્યું ખાવાનું ક્રેવિંગ થાય છે. આ સમયે ગ્લુકોમીટરથી શુગર જરૂર ચેક કરવી અને ખજૂર, ડ્રાયફ્રુટ કે ફળ ખાઈ સંતોષ મેળવવો. કસરત કરવાથી શરીરની ખાંડ વપરાઈ જાય છે અને સરક્યુલેશન પણ સુધરે છે.

## ડાયેટ ટીપ્સ

- જો શુગર ખૂબ જ ઘટી જ જાય તો ઈમરજન્સીના પહેલા પગલા તરીકે થમ્સઅપ જેવા એરેટેડ ડ્રિંક, જ્યૂસ, ગળ્યું દૂધ કે શરબત પીવું. લિક્વિડ શુગર ખૂબ ઝડપથી લોહીમાં ભળે છે. ઘન ખોરાકની ખાંડથી સેટ થતા થોડીવાર લાગે છે. માટે મીઠાઈ ખાવા કરતા ગળી ચા, કૉફી, દૂધ કે શરબત પીવું.
- ફણગાવેલા કઠોળમાં ફાઈબર, વિટામિન બી, સી અને મિનરલ્સ ભરપૂર હોય છે. જે ડાયાબિટીસમાં ફાયદાકારક છે.
- બટાકા ડાયાબિટીસવાળાથી માપસર ખવાય. સિવાય કે તે તળેલી ચીપ્સ, વેફર્સ કે બેક્ડ ફોર્મમાં હોય તો ઓછા લેવા. તે મીડીયમ G.I હોવાથી ધીમે-ધીમે ખાંડ છૂટી પાડે છે.
- કાકડી, પરવર, ટીંડોળા, ગાજર, કોબી, ફલાવર, ટામેટા, કેપ્સીકમ, ડુંગળી, મશરૂમ, દૂધી, મેથી, સરગવો, તાંદળજો, ગલકા, તૂરિયા, દાણાવાળા શાક, બધી ભાજીઓ દરેક ડાયાબિટીસવાળા ભરપૂર પ્રમાણમાં ખાઈ શકે. ફાઈબરવાળા આ ખાદ્યો લૉ જી.આઇ. વેલ્યુ વાળા પણ છે.
- ચોખા (ભાત કે ખીચડી) ઘઉં કરતા ઓછી કેલરી અને ઓછું કૉલેસ્ટરોલ આપે છે. માટે ૪-૫ રોટલી ખાવા કરતા ૨-૩ રોટલી અને ભાત ખાશો તો ચોખાના પોષકતત્ત્વો પણ મળશે. ગુજરાતી જમણમાં ઘઉં-ચોખા બંને વપરાય છે તે પોષણ મેળવવાની સારી રીત છે. પરંતુ હા, પ્રમાણનું જ્ઞાન ભૂલવું નહીં.

- શીંગદાણામાં ખૂબ નાયાસીન (Vitamin B3) હોવાથી ડાયાબિટીસ સંબંધિત ન્યુરોલૉજિકલ પ્રૉબ્લેમ્સ માટે ફાયદાકારક છે. વળી શીંગ, ચણા, ફલેક્સ સીડ, બદામ, અખરોટ બધા નટ્સ મિક્સ કરી રોજ થોડા લેવાથી ફાઈબર, ઓમેગા-૩ અને પ્રોટીન મળશે.

- ડાયાબિટીસનો ડાયેટ હંમેશાં કસરતનું પ્રમાણ, કાર્યનો પ્રકાર, જાતિ, અન્ય રોગ અને લાઈફસ્ટાઇલ જોઈને જ પ્લાન કરવો.

- મોટાભાગના ફળ Low gycemic value (૫૫ થી ઓછી) ધરાવે છે. પણ તરબૂચ બધાં ફળમાં સહુથી High g.i. વાળું (૭૨) છે. માટે તે ઓછું ખાવું. ખાસ કરીને રાતે સૂતા પહેલા ન લેવું. દિવસના ૨ ફળ લઈ શકાય. સવારે ફળ લેવાથી દિવસ દરમિયાન Sugar ઘટી જતી નથી અને ફળના પોષક ઘટકોનો સહુથી સારો લાભ મળે છે.

- ડાયાબિટીસ જૂનો થાય ત્યારે કૉલેસ્ટરોલ અને ટ્રાયગ્લિસરાઇડ વધતા હોય છે. જો કૉલેસ્ટરોલ કે LDL વધ્યા હોય તો Saturated Fat - આઈસક્રીમ, માખણ, ક્રીમ, માવો, ઘી ખૂબ ઓછા લેવા.

- કિડનીની નાની-મોટી તકલીફો પણ high sugar સાથે સંકળાયેલી છે. પૂરતું પાણી પીવાથી યુરિનેશન સરખું થશે અને કચરો શરીરની બહાર નીકળશે.

- સપ્લીમૅન્ટ્સ તરીકે વિટામિન બી કૉમ્પ્લેક્સ, કેલ્શિયમ, ઝીંક અને ક્રોમિયમ લેવા. બી કૉમ્પ્લેક્સ ન્યુરોમસ્ક્યુલર હેલ્થ માટે, કેલ્શિયમ બોન ડેન્સીટી જાળવવા અને ક્રોમિયમ શુગર બૅલેન્સ રાખવા તથા ટ્રાયગ્લીસરાઇડ ઘટાડવા મદદરૂપ બને છે.

આમ, ડાયાબિટીસના ડાયેટ માટે થોડું ધ્યાન રાખવાથી તે વધશે નહીં અને દવાનો ડોઝ જળવાઈ રહેશે. ઘણીવાર કસરતના અભાવથી કે સ્ટ્રેસથી ડાયાબિટીસ વધી જાય છે. આથી ક્લોઝ મોનિટરિંગ કરતા રહેવું. ડાયાબિટીસમાં 'આટલું જ ખવાય' ને 'આ વસ્તુ ખવાય જ નહી' એવી ભ્રમણામાંથી બહાર નીકળી ડાયેટની જાગૃતિ રાખવાથી શુગર જરૂર કન્ટ્રોલમાં રહે છે.

## ૮

# હાઇપોથાઈરોઈડીઝમ અને હાઇપરથાઇરોઇડીઝમ

હોર્મોન્સની અસર આપણા જીવન પર સારી અને ખરાબ બંને રીતે પડી શકે છે. જીવનનો વિકાસ તથા તંદુરસ્તીની જાળવણી કરવાનું કામ હોર્મોન્સ કરે છે. જેમ સ્વાદુપિંડમાંથી ઈન્સ્યુલીન હોર્મોન નીકળે છે તેમ ગળાની નીચેના ભાગમાં આવેલી થાઈરોઇડ ગ્રંથિ 'થાઈરોકસીન' હોર્મોન બનાવે છે અને શરીરમાં ઘણા કામ કરે છે.

**થાઈરોકસીન હોર્મોન શરીરના ચયાપચયના દરને કન્ટ્રોલ કરે છે. જોડે જોડે શક્તિ આપવાનું કામ કરે છે, શરીરમાં ઉષ્ણતામાનનું નિયમન કરે છે. વજનના વધારા કે ઘટાડા પર અને રોગપ્રતિકારક શક્તિ પર તે કન્ટ્રોલ કરે છે.**

થાઈરોઇડ ગ્લેન્ડ બરાબર કામ ન કરે અથવા થાઈરોક્સીન હોર્મોન જરૂર કરતા વધારે કે ખૂબ ઓછું બને ત્યારે થાઈરોઇડના ફંક્શન થોડા એબ્નોર્મલ બની જાય છે. જોઈએ કેવી રીતે ?

- ઓછા થાઈરોક્સીનની કંડીશનમાં અંડર એક્ટીવ કે હાઈપોથાઈરોઇડ જોવા મળે છે. પ્રેગનન્સી અને મેનોપોઝમાં જે મોટા હોર્મોનલ ફેરફાર થાય છે તેને કારણે હાઈપોથાઈરોઈડીઝમ થાય છે. જ્યારે વધારે પડતો હોર્મોન નીકળે ત્યારે ઓવરએક્ટીવ કે હાઈપર થાઈરોઇડ કહે છે.
- થાઈરોકસીન હોર્મોનનો અગત્યનો હિસ્સો આયોડીન ક્ષાર છે. આયોડીન સાથે ટાયરોસીન નામનો ઍમિનો ઍસિડ (પ્રોટીન) ભેગા થઈ થાઈરોઇડનો હોર્મોન બનાવે છે. લાંબા સમયની પોષણની ખામી હોય તો થાઈરોઇડનું કામ ડીસ્ટર્બ થાય છે.

**શરીરમાં બધું જ એકબીજા સાથે સંકળાયેલું હોવાથી આ એક હોર્મોન જો ડિસ્ટર્બ થાય તો ગ્રોથ હોર્મોન, ઈન્સ્યુલીન, ઈસ્ટ્રોજન આ બધા પણ વિપરીત અસર કરે છે. જેનું પરિણામ આપણા ન્યુરોટ્રાન્સમીટર અને એન્ઝાઈમ્સ પર પડે છે અને પછી શું? વિટામિન અને મિનરલ્સનું સંશ્લેષણ, ચરબીનું મૅટાબૉલિઝમ, કેલ્શિયમનું શોષણ, ઊંઘની પેટર્ન, મૂડની સ્થિરતા, ચકોરતા, આ બધું થોડું-ઘણું ખોરવાઈ જાય છે. હવે સમજાયું થાઈરોઈડનું મહત્ત્વ ??**

TRH નામનો હોર્મોન મગજમાં રહેલ હાઈપોથેલેમસમાંથી નીકળે છે. ત્યારબાદ પીચ્યુટરી ગ્રંથિમાંથી TSH નીકળે છે. ત્યારપછી આયોડીન અને ટાયરોસીનની હાજરીમાં થાઈરોઈડ હોર્મોન T4 નીકળે છે અને તેમાંથી T3- એક્ટીવ થાઈરોઈડ હોર્મોન બને છે.

## હાઇપોથાઇરોઇડીઝમ

હાઈપોથાઈરોઈડીઝમ અથવા અંડરએક્ટિવ થાઈરોઈડનાં લક્ષણોનું એક લાંબું લિસ્ટ બનાવી શકાય છે. જુઓ નીચેની તકલીફો :

અશક્તિ, થાક, વધુ પડતી ઊંઘ, કબજિયાત

સવારે ઊઠવામાં તકલીફ પડે

ડિપ્રેશન કે બેચેની રહ્યા કરે

ધ્યાન કેન્દ્રીત કરવાની ઓછી શક્તિ

લો બ્લડપ્રેશર, હાઈ કૉલેસ્ટરોલ

માનસિક સુસ્તી રહે.

સામાન્ય ખોરાક લેવા છતાં વજનનો વધારો થાય.

ગળામાં ગાંઠ થાય અથવા અવાજ ઘેરો બને.

આંખો અને મોઢા પર પફીનેસ કે સોજા આવી શકે.

- વાળ ખરે અને નખ બટકાઈ જાય.
- માસિક વધુ પડતું આવે અથવા ખૂબ ઓછું આવે.
- ઈન્ફર્ટિલિટી અને મિસકેરેજની સંભાવના રહે.
- ડાયાબીટિસ થઈ શકે.
- સાંધાનો અને માથાનો દુઃખાવો થાય.

ઉપરના ઢગલાબંધ લક્ષણો જોઈને એમ લાગે કે કોઈ મોટો રોગ હશે ! જો કે દરે થાઈરોઈડવાળામાં આ બધાં જ લક્ષણો હોય તે જરૂરી નથી. કોઈમાં એકાદ-બે વધારે હોય તો કોઈમાં બીજાં લક્ષણો હોય.

શું કોઈ ખાદ્યપદાર્થ હાઈપોથાઈરોઈડને માટે ઉપયોગી કે પછી નુકસાનકારક હોય ? જવાબ છે હા !

| ઉપયોગી ખાદ્યો | નુકસાનકારક ખાદ્યો |
|---|---|
| ગાજર, પાલખ,જરદાલુ, કેળા, ઑલિવ ઑઈલ, દૂધ, દહીં, બધાં જ અનાજ અને માછલીમાં આયોડિન અને ટાયરોસીન મળે છે જે થાઈરોઈડ ફંક્શન સુધારે છે. વળી ચીઝ, વ્હે પ્રોટીન, પનીર અને દાળમાં પણ આ પોષક તત્ત્વો મળે જ છે. | સોયાબીન, બ્રોકલી, ફ્લાવર, કોબીજ, રાઈ, સિંગદાણા, શક્કરિયા જેવામાં 'ગોઈટ્રોજન્સ' હોવાથી થાઈરોઈડના કામને અટકાવે છે. પરિણામે થાઈરોઈડનાં લક્ષણો તીવ્ર બને છે. જોકે ક્યારેક આ વસ્તુઓ લઈ શકાય, તે બરાબર રાંધેલા સ્વરૂપમાં નુકસાન કરતી નથી. કૉફી, કોલા અને આલ્કોહોલ થાઈરોઈડ પર ખરાબ અસર કરે છે માટે તે ખૂબ ઓછા લેવા. |

## થાઇરોઇડ વેઇટ લોસ અને વેઇટ ગેઇન :

લો-થાઈરોઈડવાળી સ્ત્રીઓની સહુથી મોટી સમસ્યા છે 'અનવૉન્ટેડ વેઈટ ગેઈન'. એનાથી પણ અગત્યની વાત તો એ છે કે સ્ત્રીઓ ડાયેટ કરીને વજન ઉતારવા ખૂબ ઓછી કેલરી લે છે. આ મુદ્દાને જરા સરળતાથી સમજવો પડશે. કારણ કે તેની સમજ ન હોય તો વજન ઊતરતું નથી અથવા ફરી વધી જાય છેઃ-

(૧) અંડરએક્ટિવ થાઈરોઈડમાં ચયાપચયનો દર ધીમો હોય છે. આથી ચરબીના થર જામે છે અને વજન વધે છે.

(૨) સ્ત્રીઓ વજન ઉતારવા માટે લૉ કેલરી, ક્રેશ ડાયેટ અને ખૂબ જ ઓછું પોષણ લે છે.

(૩) ઓછો ખોરાક લેવાને કારણે થાઈરોઈડ માટે અગત્યનાં પોષક તત્ત્વો નથી મળતાં.

(૪) થાઈરોઈડ ગ્રંથિને ઓછું પોષણ અને ઓછી કેલરી મળવાથી તે વધુ ધીમી પડે છે કારણ કે શરીરને એવું લાગે છે કે હવે ઘણો ઓછો ખોરાક મળવાનો છે. એટલે તે થાઈરોઈડનો સ્રાવ ઘટાડી દે છે.

(૫) પરિણામે ખૂબ જ ઓછો હોર્મોન બને છે અને ચયાપચય વધુ ધીમું પડે છે. જેને કારણે વળી વજન વધે છે.

(૬) સરવાળે ઉતારેલું વજન પાછું સરળતાથી વધી જાય છે. વજન ઘટાડવા ચયાપચય ફાસ્ટ કરવું જરૂરી છે. જેને માટે રેગ્યુલર ૩૦ મિનિટ કસરત તથા ૨થી ૩ કલાકે થોડું ખાવું મદદરૂપ બને છે.

હવે સમજાયું ? થાઈરોઈડવાળા માટે વેઈટ લોસ કેમ વધુ કપરું કામ છે ?

ટૂંકમાં લૉ થાઈરોઈડવાળી વ્યક્તિ માટે વજન ઉતારવા માટે કેટલીક બાબતો સમજી લેવી જરૂરી છે :-

૧. ખોરાકમાં ખાંડ અને ચરબી ઓછા લેવા.

૨. થાઈરોઈડ માટે ઉપયોગી પદાર્થો લઈને બૅલેન્સ ડાયટ કરવું. પાણી છૂટથી પીવું.

૩. ફાઈબર વધારે લેવા માટે કેળા, ગાજર, ડુંગળી, લીલી ભાજી, મશરૂમ, અનાજ, ફણગાવેલા મગ, વધુ લેવા.

૪. કસરત જરૂર કરવી. ખાસ કરીને કાર્ડિયો એક્સરસાઈઝ કે જે વેઈટ-બેરિંગ સાંધાને નુકસાન ન કરે તેવી અથવા તો યોગ કરવા. જીમમાં વેઈટ ટ્રેનિંગ કરવાથી ચરબી ઘટે છે અને કેલ્શિયમ હાડકામાં જમા થાય છે. મસલમાસ (Muscle Mass) અને બોન ડેન્સીટી વધે છે.

૫. કેલરી બહુ વધારે કે બહુ ઓછી ન હોય તેમ જાળવવી પણ ઘી, તેલ, ટ્રાન્સફેટ, મીઠું અને પ્રોસેસ્ડ ફૂડમાંથી કેલરી ન લેવી. બને તેટલી કેલરી કુદરતી પદાર્થોમાંથી મેળવવી.

૬. થાઈરોઈડને મદદ કરવા માટે ઍમિનો ઍસિડ, વિટામિન B, C અને E ના સપ્લીમૅન્ટ જરૂર લેવા.

**જનરલ ટિપ્સ**

- થાઈરોઈડ અંડર એક્ટિવ હોય તે સ્થિતિમાં આર્યન, સેલેનિયમ, ઝીંક, ફોલિક ઍસિડ અને બી કોમ્પ્લેક્સના બીજા વિટામિન 'થાઈરોઈડ ક્રૃશ્યિલ ન્યુટ્રિયન્ટ્સ' છે. તેને જરૂર લેવા.
- જુદા જુદા નટ્સ અને મેવામાંથી જે ચરબી મળે છે તે પણ થાઈરોઈડ માટે સારી છે.
- ૪૦ વર્ષ પછી કેલ્શિયમની ટેબ્લેટ લેવી, જેનાથી હાડકા મજબૂત રહે અને સાંધાના દુઃખાવા ન થાય.
- આયોડાઈઝ્ડ મીઠું જ વાપરવું કેમ કે તેમાં આયોડિન હોય છે.
- આયોડિન મેળવવા માટે બધી લીલી ભાજી, માછલી અને ગાયનું દૂધ પણ સારા રસ્તા છે.
- આખા દિવસમાં નાના નાના પાંચથી સાત ભોજન લેવા જેમાં એક સમયે ૨૦૦ થી ૩૦૦ કેલરી લઈ શકાય.
- માનસિક તાણના સમયે તાણ સામે લડતી એડ્રીનલ ગ્રંથિનું કામ ખોરવાઈ જાય છે. જેના કારણે થાઈરોઈડ ગ્રંથિ મુશ્કેલીમાં મુકાય છે. માટે સ્ટ્રેસફુલ ટાઈમમાં ખૂબ પૌષ્ટિક ખોરાક લેવો.

## હવે જોઈએ સેમ્પલ ડાયટ પ્લાન

| સમય | ખોરાક | પ્રમાણ |
|---|---|---|
| ૭:૦૦ | કેળું | ૧ નંગ |
| ૮:૩૦ | ભાખરી અથવા મૂસલી | ૧ નંગ/૧/૨ વાડકો |
| | દૂધ (સેમી સ્કીમ) | ૧ ગ્લાસ |
| ૧૧:૦૦ | સફરજન | ૧ નંગ |
| ૧:૦૦ | રોટલી | ૩ નંગ |
| | પાપડી, મેથી, રીંગણનું શાક | ૧ વાટકી |
| | દાળ | ૧ વાટકી |
| | ગાજરનો સંભારો | ૨ ચમચા |
| | ભાત | ૧/૨ વાટકી |
| ૩:૦૦ | છાશ | ૧ ગ્લાસ |
| ૫:૦૦ | ચા, | ૧ કપ |
| | ખાખરો | ૧ નંગ |
| ૮:૩૦ | ભાખરી | ૩ નંગ |
| | દૂધી-બટાકાનું શાક | ૧ વાટકી |
| | ઢોકળા | ૧/૨ ડીશ |
| ૧૦:૦૦ | દૂધ | ૧ ગ્લાસ |

ઉપરના ડાયટમાં થાઈરોઈડ હોર્મોન બનાવનાર તત્ત્વો ટાયરોસીન અને આયોડીન મળે તેનું ધ્યાન રાખ્યું છે. સાથે સાથે બધાં જ પોષકતત્ત્વો મળે તે પણ જોવામાં આવ્યું છે.

ટૂંકમાં હાઈપોથાઈરોડીઝમથી ગભરાઈ જવાની જરૂર નથી. પરંતુ તેને દવા, ડાયટ અને કસરત વડે કંટ્રોલ કરી શકાય છે.

**હાઇપરથાઇરોઇડીઝમ :**

અંડર એક્ટિવથી તદ્દન વિપરીત સ્થિતિ છે, આ ઓવરએક્ટિવ થાઈરોઇડ. આમાં હોર્મોન જરૂર કરતા વધારે નીકળે છે. તેને કારણે ચયાપચય ઝડપી બની જાય છે. તેનાં લક્ષણોમાં જોઈએ તો :

- વજનમાં ઘટાડો, શરીર ખૂબ પાતળું થઈ જવું.
- ચયાપચય વધારે હોવાથી ખોરાક વધુ લેવા છતાં પણ શરીર ન વધે.
- થાક અને અશક્તિ.
- આંખના ડોળા મોટા થઈ જવા.

| ઉપયોગી ખાદ્યો | નુકસાનકારક ખાદ્યો |
|---|---|
| કોબી, ફ્લાવર, બ્રોકલી, સોયાબીન માંસ, ઈંડા, પ્રોટીનવાળા બીજા પદાર્થો, કઠોળ, સિંગદાણા | વધુ પડતું આયોડીન, વધારે મીઠાવાળી વાનગીઓ, લીલી ભાજી, કોફી, ખાંડ, સિગરેટ, મેંદો, |

- ઓવર એક્ટિવ થાઈરોઇડમાં વિટામિન ઈ, ઝીંક, B અને C જરૂરી છે. વજન બહુ ઊતરી ગયું હોય તો પ્રોટીન પણ જરૂરી છે.
- વધારે પડતી ખાંડ લેવાથી રોગપ્રતિકારક તંત્ર બગડે છે.

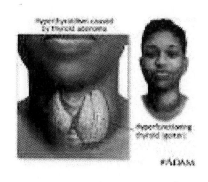

## હવે જોઈએ હાયપર થાઇરોઇડનો ડાયેટ

| સમય | ખોરાક | પ્રમાણ |
|---|---|---|
| ૭:૦૦ | ચા | ૧ કપ |
| ૮:૦૦ | પનીરના પરાઠા | ૨ નંગ |
| | અથવા | |
| | બાફેલા ઈંડા | ૨ નંગ |
| | દૂધ | ૧ ગ્લાસ |
| ૧૧:૦૦ | સફરજન અથવા ટેટી | ૧ નંગ/૧ વાટકી |
| ૧:૦૦ | રોટલી. | ૩ નંગ |
| | મિક્સ દાળ | ૧ વાટકી |
| | ફ્લાવર - વટાણાનું શાક | ૧ વાટકી |
| | ભાત | ૧ વાટકી |
| ૩:૦૦ | લસ્સી અથવા સોયામિલ્ક | ૧ ગ્લાસ |
| ૫:૦૦ | બટાકાપૌંઆ | ૧ વાટકી |
| | ચા | ૧ કપ |
| ૬:૩૦ | મગફળીની ચીકી | ૨ ટુકડા |
| | અથવા | |
| | શેકેલી સિંગ | ૧ મુઠ્ઠી |
| ૮:૩૦ | બ્રોકલી મશરૂમ કેપ્સિકમ સ્ટરફ્રાય | ૧ વાટકી |
| | ટોમેટો બેસીલ સૂપ | ૧ વાટકી |
| | ગાર્લિક બ્રેડ | ૨ નંગ |

### ઓટોઈમ્યુનથાઇરોઇડાઈટીસ :-

થાઈરોઈડ ગ્રંથિના કામમાં ગરબડ થતા બીજો પણ એક પ્રૉબ્લેમ ઊભો થઈ શકે છે જેને 'ઓટોઈમ્યુનથાઈરોઈટીસ' અથવા 'હાશીમોટોસ' કહે છે.

આ તકલીફમાં વ્યક્તિની પોતાની જ ઈમ્યુન સિસ્ટમ થાઈરોઈડ ગ્લેન્ડ પર આક્રમણ કે હુમલો કરી દે છે. પરિણામે થાઈરોઈડ ગ્રંથિ પોતાનું કામ બરાબર કરી શકતી નથી.

- આ સ્થિતિમાં વ્યક્તિની ઈમ્યુન સિસ્ટમ ધીમી પડે, જેનાથી ચેપી રોગ ઝટ લાગી જાય.
- થાક અને અશક્તિ લાગે છે.
- આ સ્થિતિમાં સોયાબીન, જવ, ઘઉં અને ઓટ ઓછા લેવા.
- રોગપ્રતિકારકતા કેફવવા માટે વિટામિન સી, બી કૉમ્પ્લેક્ષ અને આર્યન સપ્લીમૅન્ટ તરીકે લેવા.

***સામાન્ય વ્યક્તિને એવો જરાય ખ્યાલ હોતો નથી કે થાઈરોઈડની કોઈ પણ તકલીફમાં આહાર કેટલો જરૂરી છે. ઘણીવાર તો થાઈરોઈડની તકલીફનું નિદાન જ મોડું થાય છે. અને ત્યારપછી રોગની કંડિશન વધારે તેવો ખોરાક જાણે-અજાણે લેતા હોય છે. થાઈરોઈડની કન્ડિશનને યોગ્ય ખોરાક લેવાથી તેની તકલીફોમાં અને લક્ષણોમાં ઘટાડો ચોક્કસ થાય છે.***

**સત્ય ઘટના :** સોયાબીનને ઘઉં સાથે મિક્સ કરીને દળાવવાની પ્રથા ખૂબ પ્રચલિત છે. ખરેખર તો સોયાને દળતા પહેલાં તેને પલાળી, ધોઈ, તડકે તપાવી, શેકી લેવા જોઈએ. આમ કરવાથી તેમાં રહેલાં નુકસાનકારક તત્ત્વો નાશ પામે છે. કાચા સોયાનો લોટ હાઈપરથાઈરોઈડના દર્દી માટે હાનિકારક છે. મારા એક સંબંધી વર્ષો સુધી આવી રીતે સોયા મિક્સ ઘઉંનો લોટ ખાતાં હતા. મારી સાથે વાત થયા બાદ તેઓ વિચારમાં પડી ગયા કે આ તો ફાયદો કરવા જતાં શરીરને નુકસાન થયું. વળી સોયાની જૈવિક પ્રાપ્યતા (bioavailability) ઓછી છે અને આપણા કોષોમાં (genes)માં વારસાગત રીતે તેનું પાચન કરતા ઉત્સેચકો ઓછા હોય છે. આમ, પ્રોટીન મેળવવા સોયા ખાધા અને હાઈપોથાઈરોઈડની તકલીફ શરૂ થઈ.

૯

# હાડકાની તંદુરસ્તી માટે શું ખાશો ?

ઈશ્વરે આપણા શરીરનું સર્જન અદ્‌ભુત રીતે કર્યું છે. એટલું જ નહીં પણ આખા માળખાને ટેકો આપવા મિનરલ્સ જેવા પોષક ઘટકો પણ બનાવ્યા છે. હાડકા કે જે શરીરના પાયા તરીકે હોય છે, તેનું સારું બંધારણ અને તંદુરસ્તીને જાળવી રાખવા અને રોગો થતા અટકાવવા પોષક ઘટકોને બરાબર લેવા જરૂરી છે. હાડકા સાથે જોડાયેલા રોગો, સ્નાયુઓના દુઃખાવાની પરિસ્થિતિ અથવા ડિજનરેશન પ્રોસેસ જુદા જુદા હોય છે. ઘણીવાર યોગ્ય પોષણના અભાવે હાડકાંના અમુક રોગો થોડા વહેલા આવી જાય છે. પૌષ્ટિક ખોરાક લેવાથી હાડકાંની ડીજનરેશન પ્રક્રિયા થોડીક પાછી ઠેલી શકાય છે. આ જુદી જુદી તકલીફો નીચેના જુદા જુદા નામથી ઓળખાય છેઃ-

- ઓસ્ટીઓઆર્થરાઈટીસ
- રૂમેટોઈડ આર્થરાઈટીસ
- ઘૂંટણનો દુઃખાવો
- ઓસ્ટીઓપોરોસીસ
- કમરનો દુઃખાવો અને સાઈટિકા
- ઓસ્ટીઓમલેશીયા.

## આર્થરાઈટીસ

'સંધિવા' તરીકે જાણીતો આ રોગ ઘડપણમાં ઘણાને હેરાન કરે છે. પહેલાના જમાનામાં આ તકલીફ ૬૦ કે ૬૫ વર્ષ પછી થતી, જે અત્યારે ૪૦ પછી પણ જોવા મળે છે. આર્થરાઈટીસને સાદી ભાષામાં **"હાડકાના સાંધામાં આવતા સોજાને કારણે થતા દુઃખાવાની પરિસ્થિતિ"** કહી શકાય. ઘણીવાર હાડકા નબળા પડી જવાથી તેની વચ્ચેની કાર્ટીલેજ ઘસાય છે અને સાંધાના દુઃખાવો થાય છે. હાડકાની વચ્ચે જે 'લ્યુબ્રીકન્ટ લિક્વિડ' હોય છે તે ઓછું થઈ જાય તો પણ દુઃખાવો થાય છે. આર્થરાઈટીસ બે જાતના હોય છે.

| રૂમેટોઈડ આર્થરાઈટીસ | ઓસ્ટીઓ આર્થરાઈટીસ |
|---|---|
| ખોરાક ન પચવાથી બનતા અનેક પદાર્થો દુઃખાવો ઊભો કરે છે. આમાં મોટાભાગે હાથનો પંજો, ડોકી અને હાથપગના સાંધા પકડાય છે. | આમાં હાડકાની તકલીફો થાય છે. મોટાભાગે ઘૂંટણની તકલીફ થાય છે. |

## ૧. રૂમેટોઈડ આર્થરાઈટીસ

- રૂમેટીઝમ ઘણો દુઃખાવો કરતી સ્થિતિ છે. કેટલાક લોકોમાં તે એલર્જીક રિએક્શન તરીકે ઊભી થાય છે.
- અમુક પ્રકારના ખોરાક વધારે લેવાથી અથવા તે ખાધા પછી બરાબર ન પચે ત્યારે દુઃખાવો થાય છે, સોજા આવે છે અથવા સ્નાયુઓ સખત થઈ જાય છે.
- આયુર્વેદ પણ માને છે કે ન પચેલો ખોરાક 'આમ'ના સ્વરૂપે શરીરમાં 'વાત' કે વાયુ ઉત્પન્ન કરે છે જેના કારણે સોજા, સ્નાયુ ફૂલવા કે પોચા પડી જવા, દુઃખાવો થઈ શકે છે.
- રૂમેટીઝમ વારસાગત પણ થઈ શકે અને ઉપર જણાવેલાં કારણોથી પણ થાય.
- માંસાહારી ખોરાકમાં રહેલા ચરબી અને પ્રોટીન રૂમેટીઝમને વધારે છે.

નીચેના લિસ્ટમાં જોઈને જાણી શકાશે કે રૂમેટિઝમ માટે કયા પદાર્થ ફાયદાકારક છે અને કયા નથી.

| ફાયદાકારક (દુઃખાવો અને સોજામાં રાહત) | હાનિકારક (દુઃખાવો અને સોજા વધારે) |
|---|---|
| ગાજર, આદુ, લસણ, લીંબુ, નારંગી, દ્રાક્ષ, સફરજન, પપૈયું, કેળું, માછલી, ફુદીનો, લીલી ભાજી, વગેરે ગ્રીન સિગ્નલ આપે છે. | મકાઈ, ઘઉં, સોયાબીન, દૂધ, મગફળી, શેરડી, ઈંડા, માંસ, કોફી, ચીઝ, ટામેટા, માખણ, અને આલ્કોહોલ રેડ સિગ્નલનું કામ કરે છે. |

રૂમેટોઇડ આર્થરાઈટીસમાં વ્યક્તિ જાતે જ નક્કી કરી શકે કે કયો ખોરાક ખાધા પછી દુ:ખાવો કે સોજો વધી ગયો અને તે ખોરાક ઘટાડી દેવાથી શું ફેરફાર થયો? આ રીતે જાતે ખોરાકમાં ફેરફાર કરીને રાહત મેળવી શકાય.

## ૨. ઓસ્ટીઓઆર્થરાઈટીસ

- ઓસ્ટીઓઆર્થરાઈટીસ હાડકાના ઘસારાને કારણે થાય છે. આ ઘસારો પૂરો કરવા અને વધુ નુકસાન અટકાવવા માટે કેલ્શિયમ, ફોસ્ફરસ, વિટામિન ડી, મેગ્નેશિયમ ખૂબ જરૂરી છે.
- કૂમળા તડકામાં ફરવાથી શરીરમાં વિટામિન 'ડી' બનશે. ઉપરાંત વિટામિન 'ડી' કોડલીવર ઑઇલ કે સપ્લીમૅન્ટમાંથી પણ મેળવી શકાય.
- યોગ, ચાલવું, સ્વિમિંગ જેવી કસરતથી હાડકામાં કેલ્શિયમ પહોંચે છે. દવા દ્વારા કે ખોરાક વડે લીધેલું કેલ્શિયમ શરીરમાં એક જગ્યાએ જમા નથી થતું અને હાડકા સુધી પહોંચી શકે છે.
- વધુ પડતી કૉફી, મીઠું અને આલ્કોહોલ આર્થરાઈટીસની તકલીફ વધારે છે.
- લસણના તેલની અથવા તલના તેલની માલિશ આર્થરાઈટીસમાં ઘણી રાહત આપે છે.

| ફાયદાકારક | હાનિકારક |
|---|---|
| દૂધ, દહીં, ચીઝ, લીલી ભાજી, બાજરી, તલ, નાગલી, કઠોળ ફણગાવેલા મગ, તલનું તેલ, માછલીનું તેલ | સૂરજમુખીનું તેલ, મકાઈ, કૉફી, ખાંડ, વધારે પડતી ઘર્ષણયુક્ત કસરત, સ્વીટનર્સ, સૉફ્ટ ડ્રિંક |

# આર્થરાઈટીસનો ડાયટ

| સમય | ખોરાક | પ્રમાણ |
|------|-------|--------|
| ૭:૦૦ | આદુ - ફુદીનાવાળી ચા | ૧ કપ |
| ૮:૩૦ | સેમી સ્કીમ મિલ્ક, | ૧ ગ્લાસ |
|      | બાજરીનો રોટલો | ૧ નંગ (નાનો) |
| ૧૦:૦૦ | પાઈનેપલ અથવા સફરજન | ૧ વાટકો |
| ૧:૦૦ | રોટલી | ૩ નંગ |
|      | મગની દાળ | ૧ વાટકી |
|      | પરવળ-કેપ્સીકમનું શાક | ૧ વાટકી |
|      | ભાત | ૧ ચમચો |
|      | કેળાનું રાયતું | ૧/૨ વાટકી |
|      | લસણ-કોથમીરની ચટણી | ૧/૨ ચમચી |
| ૪:૦૦ | ચા (લીલી ચા નાંખેલી) | ૧ કપ |
|      | પૌંઆ | ૧ વાટકી |
| ૬:૦૦ | લીંબુનો શરબત | |
| ૮:૩૦ | દૂધી-ચણાની દાળનું શાક | ૧ વાટકી |
|      | ભાખરી | ૩ નંગ |
|      | દૂધ | ૧ ગ્લાસ |

આર્થરાઈટીસ થાય એટલે નેચરોપથી, હોમિયોપથી, આયુર્વેદ — આ બધી ઓલ્ટરનેટીવ થેરાપી તરફ લોકો વળે છે. ઘણીવાર જાત જાતની પણ પાળે છે, જે અમુક રીતે મદદ પણ કરે છે. પરંતુ જે ખોરાક હાનિકારક લાગે તેની આવેજીમાં બીજા પદાર્થો લઈને પોષણ મેળવવું જોઈએ.

## ૩. બેક પેઈન અને સાઈટિકા

આપણામાંથી ૭૦ થી ૮૦ % લોકોને ક્યારેક ને ક્યારેક તો કમરનો દુઃખાવો થઈ જતો હોય છે. ફોલ્ટી લાઈફસ્ટાઈલ, કસરતનો અભાવ, ખોટું પોશ્ચર અને અપૂરતું પોષણ તેનાં કારણો છે.

- મોટેભાગે કમરમાં નીચેના ભાગે દુઃખાવો થાય છે. તે ગમે ત્યારે અચાનક શરૂ થઈ જાય છે અને એક્યુટ અથવા ક્રોનિક પેઈન થાય છે. કરોડરજ્જુના નીચેના હાડકાની મજબૂતાઈ ઘટી ગઈ હોય, રોજ ઊછળકૂદવાળી મુસાફરી થતી હોય, અચાનક કે રોજ ભારે વજન ઊંચકવું પડતું હોય ત્યારે દુઃખાવો થઈ આવે છે. આપણે ગોળીઓ ખાઈને દુઃખાવો તો મટાડી દઈએ છીએ પણ આ તકલીફ માટે પોષણની જરૂરિયાત કેટલી છે તે વિશે ખાસ જાણતા નથી.

> કરોડરજ્જુ ખૂબ સંવેદનાત્મક અંગ છે. ખોરાકમાંથી મળતાં પોષકતત્ત્વોમાં જો ઘટાડો થાય તો તેને જલ્દી અસર થાય છે. કેટલાક પોષકઘટકો કમરના દુઃખાવા માટે ફાયદાકારક છે.

- સાઈટિકા એ રોગ નથી પણ દુઃખાવાની જુદી જ પરિસ્થિતિ છે. કરોડરજ્જુની પૂંછડીના (મોટાભાગે L4 અને L5) મણકાઓ જુદા જુદા કારણસર દબાય છે. જેને કારણે બે મણકાની વચ્ચેની ગાદી તેની જગ્યાએથી ખસી જાય છે. કેટલીકવાર ત્યાં સોજો પણ આવે છે. જેને કારણે સંવેદન વહન કરતી ચેતાઓ પર પ્રેશર આવે છે. જમણા કે ડાબા પગમાં, હીપ્સની વચ્ચેથી લઈ પાછળના ભાગેથી અંગૂઠા સુધી એક ઝણઝણાટી સાથેનો ખેંચાણવાળો દુઃખાવો થાય છે.

### પોષણની અગત્ય :

કરોડરજ્જુની કોઈ પણ જાતની તકલીફ અને ખાસ તો સાઈટિકાને માટે જે પોષકતત્ત્વો જોઈએ તેની સરળ સમજૂતી આપી છે. દુઃખાવામાં રાહત આપવા અને ટ્રીટમૅન્ટને સરળ બનાવવા ખાણી-પીણી પર ધ્યાન આપવું જરૂરી છે.

**કેલ્શિયમ :** દૂધ, દહીં, બાજરી, નાગલી, ઉગાડેલા મગ, ઈંડા, લીલી ભાજી આપણને પૂરતું કેલ્શિયમ આપે છે. શરીરના કુલ કેલ્શિયમનો ૯૯% ભાગ હાડકા અને દાંતમાં હોય છે. હાડકાની ઘનતા જળવાય તો જ તે મજબૂત રહેશે. કરોડના હાડકા અને મણકા પોચા કે નબળા

હોય તો સાઈટિકાનું દર્દ વધી શકે છે.

**પોટેશ્યમ :** પોટેશ્યમ મસલ્સનું સંકોચન કરે છે જેનાથી સાઈટિકાના દુઃખાવામાં રાહત મળે છે માટે રોજ કેળું, નારંગી અને લીલી ભાજી ખાઓ તો દુઃખાવો ચોક્કસ ઘટશે.

**વિટામિન B12 :** ચેતાઓની હેલ્થ આ વિટામિન સાચવે છે. ઝણઝણાટીભર્યો દુઃખાવો મટાડવા માટે ગામા એમિનો બ્યુટ્રીક ઍસિડ (એક ઍમિનો ઍસિડ) અને વિટામિન B12નું સંયોજન મદદ કરે છે. દૂધ, દહીં, આથાવાળી વાનગી, માંસ, લીલી ભાજી, કઠોળ ખાઓ અને વિટામિન B12 મેળવો.

**વિટામિન A :** વિટામિન 'એ' આડકતરી રીતે દુઃખાવો મટાડવાનું કામ કરે છે. કેવી રીતે ? વિટામિન 'એ' પ્રોટીનને મદદ કરે છે અને સ્નાયુઓની નવરચના કરે છે. વળી તે 'કોલેજન'બનાવે છે જે નુકસાન પામેલી પેશીઓની મરામત કરે છે. વિટામિન 'એ' મેળવવા માટે પપૈયું, કોળું, ગાજર, સક્કરટેટી, દૂધ, ઈંડા, દહીં અને લીલી ભાજીઓ તથા લીલા શાકની સહાય લો.

**આયર્ન :** સશક્ત મસલ્સ અને ટેન્ડન્સ માટે 'માયોગ્લોબીન' પ્રોટીન જરૂરી છે જે પ્રોટીન અને આર્યન ભેગા થઈને બનાવે છે. 'માયોગ્લોબીન' ઑક્સિજનનું વહન કરે છે અને સ્નાયુઓમાં શક્તિ આપે છે. પૌંઆ, મગ, મઠ, લીલી ભાજી, ખજૂર તથા બીટમાંથી આર્યન મળશે. ઈંડા અને માંસ પણ સારું એવું આર્યન આપશે.

**મેગ્નેશ્યમ :** સ્નાયુમાં જ્યારે મેગ્નેશ્યમ ઘટી જાય છે ત્યારે તે સખત થઈ જાય છે. સખત થઈ જવાથી જે વધારે પડતું સંકોચન થાય છે તે મેગ્નેશ્યમ હળવું કરે છે. જુદા જુદા નટ્સ જેમ કે અખરોટ, કાજુ, શીંગ, બદામ તથા કેળા, લીલી ભાજી અને કઠોળમાંથી મેગ્નેશ્યમ મળે છે. પરંતુ હા, વધારે પડતી કૉફી અથવા કોકો મેગ્નેશ્યમનું મારણ છે અને સ્નાયુ ફરી સખત બની જાય છે. તો નટ્સ અને લીલી ભાજી ખાઈને કૉફી, કોકો ન લેશો, નહીં તો મેગ્નેશ્યમ કાંઈ કામનું નહીં રહે.

**પ્રોટીન :** શરીરના બિલ્ડિંગ બ્લોક્સ એવા પ્રોટીન પૂરતા નહીં લો તો સાઈટિકાની તકલીફમાં રાહત મળવાની ધીમી થઈ જાય છે.

**બોરોન :** બોરાન ટ્રેસ મિનરલ છે અને તે ન મળે તો કેલ્શિયમનું ચયાપચય અટકે છે. જેના કારણે હાડકાની મજબૂતાઈને અસર થાય છે. સૂકામેવા અને તાજા ફળમાંથી બોરોન મળે છે.

**પાણી :** પાણી જો થોડું પણ ઓછું પીવાય તો શરીરનો નકામો કચરો કાઢવા માટે કિડનીને તકલીફ પડે છે. સામાન્ય ભાષામાં ક્રેમ્પ્સ કે ગોટલા ખેંચાવા કે નસ ખેંચાવી, એ તકલીફ પાણી ઓછું પીવાથી થાય છે. પાણીની અછતથી સાંધાઓને નુકસાન થાય છે. ટૂંકમાં સ્નાયુના કે સાંધાના દુઃખાવા નથી થવા દેવા ? તો પાણીની મદદ લઈ તરસ હોય તે કરતા થોડું વધારે પાણી પીવો, ડિહાઈડ્રેશન થશે તો ચેતાઓ કામ નહીં કરી શકે અને દુઃખાવો ઘટશે નહીં.

કેટલાક રીસર્ચ જણાવે છે કે અમુક ખોરાક સોજા ઘટાડનાર કે સોજા લાવનાર કે વધારવામાં ભાગ ભજવે છે જ્યારે અમુક ખોરાક તેને ઘટાડે છે.

| Inflamatory foods | Antinflamatory foods |
|---|---|
| પ્રોસેસ કરેલા પદાર્થો<br>જેવાં કે બિસ્કિટ, ખાંડવાળી વાનગી,<br>બેક્ડ વાનગી, મેંદો, તળેલા પદાર્થો,<br>ફાસ્ટફુડ, બ્રેડ, આઈસ્ક્રીમ, ચેડર ચીઝ,<br>મકાઈનું તેલ, સોડા, કૉફી, આલ્કોહોલ<br>અને માંસમાં રહેલી ચરબી | તાજા ફળ, લીલી ચા (લેમન ગ્રાસ),<br>નટ્સ, શાક, લીલી ભાજી,<br>ઑલિવ ઑઈલ, પાણી,કઠોળ,<br>હળદર, લસણ અને આદુ |

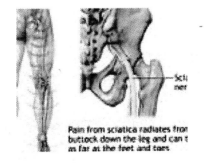

Pain from sciatica radiates fro
buttock down the leg and can t
as far as the feet and toes

## સાઇટિકા કે કમરદર્દ હળવું કરે તેવો ડાયટ

| સમય | ખોરાક | પ્રમાણ |
|---|---|---|
| ૭:૦૦ | આદુવાળી ચા | ૧ કપ |
| | બદામ, અખરોટ | ૨ નંગ, ૨ નંગ |
| ૮:૦૦ | પ્રોટીન પાવડરવાળું દૂધ, | ૧ ગ્લાસ |
| | ફણગાવેલા મગ/મઠ | ૧ વાડકી |
| ૧૦:૩૦ | નારંગી | ૧ નંગ |
| ૧:૦૦ | રોટલી, | ૩ નંગ |
| | દાળ, | ૧ વાડકી |
| | ભાત, | ૧ ચમચો |
| | પરવળ-બટાકાનું શાક, | ૧ વાડકી |
| | લસણની ચટણી | ૧/૪ ચમચી |
| ૪:૦૦ | નાળિયેર પાણી, | ૧ કપ |
| | શેકેલા પૌંઆનો ચેવડો | ૧/૨ વાડકી |
| ૬:૦૦ | કેળું | ૧ નંગ |
| ૮:૦૦ | પાલખ-કેપ્સીકમનું શાક, | ૧ વાડકી |
| | ભાખરી/પરોઠા, | ૩ નંગ |
| | દૂધ<br>(દિવસમાં ૧૫ ગ્લાસ પાણી પીવું) | ૧ ગ્લાસ |

આજના સમયની સહુથી ખરાબ બાબત એ છે કે આપણે એવો ખોરાક લઈએ છીએ કે જેમાં પોષકઘટકો ઓછા હોય અને કેલરી તથા કેમિકલ એડીટીવ્સ વધારે હોય. જેનું પરિણામ ન સાંભળેલી બીમારી કે જાત જાતના દુઃખાવામાં જોઈ શકાય છે. સાઈટિકાને નાથવા માટે કસરત, સારું પોશ્ચર, આરામ, દવા વગેરે જેટલી જ અગત્ય સારા ખોરાક અને પાણીની છે.

## ૪ ઓસ્ટીઓપોરોસીસ :

'ઓસ્ટીઓપોરોસીસ' શબ્દએ છેલ્લા કેટલાંક વર્ષોમાં ડૉક્ટર્સ, ડાયેટીશ્યન અને હેલ્થ પ્રૉફેશનલ્સનું ધ્યાન ખેંચ્યું છે. એટલું જ નહીં પણ વધુ ને વધુ લોકો (ખાસ તો સ્ત્રીઓ) આ માટે જાગૃત બન્યા છે.

- 'ઓસ્ટીઓ' એટલે હાડકાને લગતું અને 'પોર' એટલે કાણું. તો ઓસ્ટીઓપોરોસીસ શબ્દમાં જ તેનો અર્થ આવી જાય છે. હાડકામાં કાણા પડે, હાડકાની ઘનતા ઘટી જાય, હાડકાની લંબાઈ ઘટે અને હાડકા નબળા પડી જાય, તે છે ઓસ્ટીપોરોસીસ.
- આ તકલીફ મેનોપોઝ પછી ખાસ તો ૫૦ વર્ષ પછી સ્ત્રીઓમાં જોવા મળે છે. (માર્ક કરજો તમારા મમ્મીની હાઇટ તમને ૬૦ વર્ષ પછી જરા ઘટી ગયેલી લાગશે.)
- જે દુર્ભાગી સ્ત્રીઓને પહેલેથી કેલ્શિયમ ઓછું મળ્યું હોય અથવા ડિલિવરીમાં પોષણનું ધ્યાન ન રાખ્યું હોય તેમના હાડકા ઘણા જલ્દી નબળા પડી જાય છે.

**ઓસ્ટીઓપોરોસીસનાં કારણો**

(૧) પોષણ સાથે સંબંધિત
(૨) હોર્મોન સાથે સંકળાયેલા
(૩) અન્ય શારીરિક કારણો

### પોષણને સંબંધિત કારણો

- જ્યારે રોજની જરૂરિયાત જેટલું કેલ્શિયમ ન લેવાયું હોય ત્યારે, અથવા કેલ્શિયમનું શોષણ થતું ન હોય ત્યારે આ તકલીફ થાય છે.
- દૂધમાં રહેલું લેક્ટોઝ(કાર્બોહાઈડ્રેટ) આંતરડામાં આવતા કેલ્શિયમ-ફોસ્ફરસનું શોષણ વધારે છે. માટે જો લેક્ટોઝ ઇન્ટોલરન્સ (દૂધનું લેક્ટોઝ બિલકુલ ન પચે તે તકલીફ) હોય તો કેલ્શિયમનું શોષણ થતું નથી.
- સૂર્યના તડકામાંથી બનતો વિટામિન ડી ન મળે તો તેની ગેરહાજરીથી કેલ્શિયમ વપરાઈ શકતું નથી અને હાડકા પોલા થઈ જાય છે. આ તકલીફ જે દેશોમાં સૂરજ બહુ ઓછો નીકળતો હોય અને વર્ષમાં મોટાભાગે ઠંડી જ હોય ત્યાં વધારે થાય છે. જોકે હવે તે દેશોમાં વિટામિન ડી ઉમેરેલું દૂધ મળે છે.

## હોર્મોન સાથે સંકળાયેલાં કારણો

- મેનોપોઝના ટાઈમે ઈસ્ટ્રોજન હોર્મોન અસમતોલ થઈ જાય છે. જેના કારણે કેલ્શિયમનું શોષણ ઘટી જાય છે. પેરાથાઈરોઈડ ગ્લેન્ડ કે જે હાડકામાં કેલ્શિયમ શોષાવા માટે મદદ કરતી હોય છે, તેના કાર્યમાં ઈસ્ટ્રોજન પણ જરૂરી છે. આથી ઈસ્ટ્રોજન કુદરતી રીતે ઘટે ત્યારે હાડકામાં કેલ્શિયમ શોષાતું નથી.
- ગર્ભાશયનું ઑપરેશન કર્યા પછી પણ કેલ્શિયમના શોષણમાં તકલીફ થાય છે.
- લાંબો ટાઈમ સ્ટેરોઈડ દવા લીધી હોય ત્યારે પણ ઓસ્ટીઓપોરોસીસ થઈ શકે છે.

## અન્ય કારણો

- વધારે પડતો પરસેવો થતો હોય તો તેમાંથી રોજનું ૪૦ % જેટલું કેલ્શિયમ નીકળી જાય છે. માટે વધુ પરસેવો થતો હોય તે લોકોએ દૂધ, દહીં, કઠોળ ઉપરાંત કેલ્શિયમ સપ્લીમેન્ટ લેવા જ પડે. કેલ્શિયમ સાઈટ્રેટ સાથે હોય તેવા સપ્લીમૅન્ટ લેવા.
- વધારે પડતો આરામ કે બેઠાડું જીવન હોય તો કેલ્શિયમ શોષાતું નથી, વજન ઊંચકનારા મુખ્ય હાડકાનું કેલ્શિયમ વપરાતું નથી અને યુરિનમાં નીકળી જાય છે.
- સામાન્યથી મધ્યમ કસરત જેવી કે યોગ, ચાલવું કે તરવાને કારણે કેલ્શિયમ પાછું હાડકામાં જઈ શકે છે અથવા તો શોષાઈ શકે છે. આ ઉપરાંત વેઈટ ટ્રેનિંગની કસરતથી પણ હાડકાંની ઘનતા સુધરે છે.

### કેવા હોય ઓસ્ટીઓપોસીસનાં લક્ષણો ?

- કમરનો દુઃખાવો, મોટેભાગે નીચેના ભાગમાં દુઃખે.
- વજનમાં ઘટાડો

- શરીરની લંબાઈમાં ઘટાડો
- જરાક વાગતા હાડકું તૂટી જાય છે.
- દાંત સડવા અને પડી જવા
- સ્નાયુઓનો દુઃખાવો
- લોહીમાં કેલ્શિયમનું સામાન્ય પ્રમાણ રહે પરંતુ હાડકામાં ઘણું ઓછું થઈ જાય. (Low bone density & bone mass)

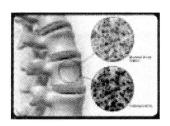

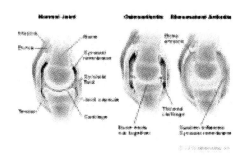

## ડાયેટ ફોર બોન્સ

- જો શરૂઆતમાં ખોરાક અને સપ્લીમૅન્ટ લઈને સ્થિતિને બગડતી અટકાવી શકાય તો સારું છે.
- રોજ બે વખત દૂધ અથવા દહીં જરૂર લેવા.
- દૂધ ઉપરાંત રોજ ૧ કેળું, ૧ કઠોળ અને ૧ લીલી ભાજીના સર્વિંગ લેવા.
- અનાજમાં બાજરી, નાગલીનો ઉપયોગ વધારવો.
- અઠવાડિયે બે વાર ઉગાડેલા મગ, પનીર, ચીઝ તથા ટોફુ જરૂર લેવા.
- હાડકા વધુ પોલા થઈ ગયા હોય તો રોજનું ૧૦૦૦ થી ૧૨૦૦ મિ.ગ્રા. કેલ્શિયમ દવા સ્વરૂપે લેવું.
- હળવાથી લઈને મધ્યમ કસરત જરૂર કરવી.

# ઓસ્ટીઓપોરોસીસનો ડાયેટ પ્લાન (સ્ત્રી માટે)

| સમય | ખોરાક | પ્રમાણ |
|---|---|---|
| ૭:૦૦ | ફુદીનાવાળી ચા | ૧ કપ |
| | બદામ | ૨ નંગ |
| | અખરોટ | ૨ નંગ |
| ૮:૩૦ | સેમી સ્કીમ દૂધ | ૧ ગ્લાસ |
| | ભાખરી અથવા | ૧ નંગ |
| | રોટલો(બાજરીનો) | ૧ નંગ |
| ૧૦:૩૦ | કેળું | ૧ નંગ |
| ૧૦:૩૦ | રોટલી | ૩ નંગ |
| | ફણગાવેલા મગ | ૧ વાટકી |
| | ભીંડાનું શાક | ૧ વાટકી |
| | કઢી | ૧ વાટકી |
| | ભાત | ૧ ચમચો |
| | ટામેટા-ડુંગળી-ગાજરનું સલાડ | ૧/૨ વાટકી |
| ૪:૦૦ | પ્રોટીન પાવડરવાળું દૂધ | ૧ ગ્લાસ |
| | નાગલીના બિસ્કિટ અથવા | ૨ નંગ |
| | શેકેલો ચેવડો | ૧ ચમચો |
| ૬:૦૦ | સોય મિલ્ક | ૧ ટેટ્રાપેક |
| ૮:૦૦ | મેથી-મટરનું શાક | ૧ વાટકી |
| | પરોઠા | ૨ નંગ |
| | દૂધ | ૧ ગ્લાસ |

આ તકલીફમાં જો વેળાસર ધ્યાન ન અપાય તો હાડકાં ખૂબ ઘસાઈ જાય છે અને વારંવાર હાડકાં તૂટી જાય છે. આ તકલીફથી જીવનની ગુણવત્તા બગડે છે અને ખૂબ તકલીફ પડી શકે છે. મોટાભાગની સ્ત્રીઓને મેનોપોઝ આવ્યા પછી હાડકાંની કે સાંધાની નાની-મોટી તકલીફો થતી હોય છે. જે કમરનો દુઃખાવો, પગનો દુઃખાવો અને થાકના સ્વરૂપે જોવા મળે છે. જેને અવગણવામાં આવે તો હાડકાં વધારે નબળાં પડી જાય છે.

# ૧૦

# રીપ્રોડક્ટીવ ન્યુટ્રિશન
# (પ્રજનનતંત્ર માટે ડાયટ)

ઈન્ફર્ટિલિટી અથવા વંધ્યત્વ અત્યારે ઘણાં પ્રમાણમાં ફેલાઈ રહેલો પ્રશ્ન છે. વધુ ને વધુ કપલ્સ ફર્ટિલિટી ક્લિનિકમાં જતા જોવા મળે છે. ઈન્ફર્ટિલિટીનાં કારણો ઘણાં બધાં હોય છે, પરંતુ એક કારણ આહારની અયોગ્ય ટેવો પણ હોઈ શકે છે.

શું કોઈ ચોક્કસ ડાયટ ફર્ટિલિટી વધારે ? કે પછી કોઈ ખાસ પોષકતત્ત્વ વધારે લેવાથી ફર્ટિલિટીની સારવારમાં મદદ થાય ખરી ?' હા, આ એક વૈજ્ઞાનિક હકીકત છે જેની સરળ સમજૂતી અહીં આપી છે.

**શું તમે જાણો છો કે :**

- અમુક ખોરાકમાં Sex hormones હોય છે. જ્યારે, કેટલાક ખોરાક શરીરના હોર્મોનના પ્રમાણને અસર કરે છે.
- ફર્ટિલિટીની તકલીફો, મેનોપોઝની તકલીફો અને હોર્મોન રીલેટેડ કેન્સર ઉપર આપણા રોજના ખોરાકની અસર થાય છે.
- રિસર્ચ જણાવે છે કે ૩૦૦ જેટલી વનસ્પતિઓ એવી છે કે જેમાં 'ઈસ્ટ્રોજેનિક એક્ટિવિટી' થતી હોય છે. જે સ્ત્રીઓના હોર્મોન ઈસ્ટ્રોજનને નિયમિત કરવામાં મદદ કરે છે.
- કૃસીફરસ વેજીટેબલ્સ જેવા કે કોબીજ, બ્રોકલી, કૉલીફ્લાવર તથા અમુક કઠોળ ઈસ્ટ્રોજનના પ્રમાણમાં વધઘટ કરે છે.
- લાંબો સમય સોયાબીન લેવાથી, નિકોટીન અથવા તમાકુ લેવાથી પુરુષોના 'ટેસ્ટોસ્ટેરોન' હોર્મોન ઘટી જાય છે. અને 'મેલ ઈમ્પોટેન્સ' થઈ શકે છે.

- બટાકા રોજ ખાવાથી શરીરમાં ઈસ્ટ્રોજનનું પ્રમાણ વધી જાય છે અને ઓબેસિટી આવી શકે છે, તેના પરિણામે પણ ઈન-ફર્ટિલિટી થઈ શકે છે.

- આલ્કોહોલ રોજ લેવાને કારણે પુરુષની Fertility ૫૦% જેટલી ઓછી થઈ જાય છે. કારણ કે આલ્કોહોલ લેવાથી zinc મિનરલનું શોષણ થઈ શકતું નથી જે પુરુષની Infertilityનું મોટું કારણ છે.

- રોજની એક કપ કૉફી પીવાથી લાંબે ગાળે પુરુષના શુક્રાણુ ઘટી જાય છે.

ઘણીવાર એવું બને છે કે Fertilityની treatment લેનારા કપલ્સ જાણે-અજાણે Anti-Fertility food લેતા હોય ! તો હવે જોઈશું કે સ્ત્રી-પુરુષ બંને માટે કયાં પોષકતત્ત્વો અગત્યનાં છે.

## ન્યૂટ્રીથેરાપી ફોર ફર્ટિલિટી

### ૧. ફોલિક એસિડ

સામાન્ય સંજોગોમાં સ્ત્રીઓએ સગર્ભાવસ્થા પહેલા અને દરમ્યાન ફોલિક ઍસિડ જરૂર લેવું.

આ વિટામિન DNA અને RNA (વારસાગત બંધારણ) માટે જરૂરી છે. સંતાનપ્રાપ્તિની ટ્રીટમૅન્ટ લેતી વખતે માત્ર ફોલિક ઍસિડ જ નહીં પણ બધા બી કોમ્પ્લેક્સ વિટામિન જરૂર લેવા જોઈએ.

એક રિસર્ચમાં જાણવા મળ્યું હતું કે સ્ત્રીઓને વિટામિન $B_6$ આપવાથી તેમની ફર્ટિલિટી સુધરી અને પુરુષોને $B_{12}$ આપવાથી સ્પર્મ કાઉન્ટ વધ્યા હતા. ફોલિક ઍસિડ ખોરાકમાંથી મેળવવા માટે આખા અનાજ લીલી ભાજી અને માંસ લેવા જોઈએ.

### ૨. ઝીંક

પુરુષ તથા સ્ત્રી બંને માટે Zinc – એક બહુઉપયોગી પોષકતત્ત્વ છે. ઝીંક રંગસૂત્રોમાંનું અગત્યનું તત્ત્વ છે. તેની અછત થાય તો ફર્ટિલિટી તો ઘટશે જ પણ મીસકેરેજ થવાની શક્યતા પણ વધી જાય છે.

ઝીંક ઈસ્ટ્રોજન અને પ્રોજેસ્ટ્રોન માટે બહુ જરૂરી છે. પુરુષોના શુક્રાણુના બહારના પડને બનાવવા માટે ઝીંક અગત્યનું છે. લીલી ભાજીઓ અને સૂકા ફળમાંથી તે મળશે.

## ૩. સેલેનિયમ

આ એક 'એન્ટી ઓક્સિડન્ટ મિનરલ' છે, જે બહારથી આવતા નુકસાનકારક તત્ત્વો (Free Radicals) સામે રક્ષણ આપે છે અને રંગસૂત્ર (Chromosome)ને તૂટતા બચાવે છે. તે લેવાને કારણે મીસકેરેજ અને બાળકમાં જન્મજાત ખોડખાંપણ નથી થતા.

## ૪. એસેન્શ્યલ ફેટી એસિડ

નામ મુજબ જ આ ચરબી બહુ essential છે. શરીરના દરેક તંત્ર પર અસર કરે છે તો પ્રજનનતંત્ર કેમ બાકી રહે?

પુરુષનું વીર્ય (Semen) 'પ્રોસ્ટાગ્લેન્ડીન્સ'માં સમૃદ્ધ હોય છે અને તે ફેટી ઍસિડનું બનેલું હોય છે. તો સ્વાભાવિક છે કે તેની અછત થાય એટલે વીર્યનું પ્રમાણ અને ગુણવત્તા બંને ઓછા થઈ જાય.

ફેટી ઍસિડ મેળવવા માટે તલ, સૂર્યમુખી અને ઑલિવનું તેલ ખાવું જોઈએ. આ ઉપરાંત ફ્લેક્સસીડ, અખરોટ, બદામ, દૂધ અને માછલીનું તેલ ફેટી ઍસિડમાં સમૃદ્ધ છે. તે સ્ત્રીના હોર્મોન ઈસ્ટ્રોજનને પણ વધારે છે.

## ૫. વિટામિન E

વિટામિન E એક શક્તિશાળી એન્ટીઓક્સિડન્ટ છે. ફર્ટિલિટી વધારવા માટે અગત્યનું છે. તે શુક્રાણુને મજબૂત કરે છે.

## ૬. વિટામિન-C

આ પણ એન્ટિઓક્સિડન્ટ તે પણ શુક્રાણુની ગુણવત્તા વધારે છે અને DNAને થતા નુકસાનથી બચાવે છે. DNAને નુકસાન થયું હોય તો ફર્ટિલિટી તો ઘટે જ છે પણ મીસકેરેજના ચાન્સ પણ વધે છે.

વિટામિન-C શુક્રાણુની ગતિ અને આગળ જવાની ક્ષમતા વધારે છે.

૭. ઍમિનો ઍસિડ :

પ્રોટીનના Building Block એવા amino acid વીર્યની ગુણવત્તા વધારે છે. સ્પર્મ કાઉન્ટ અને મોટિલિટી વધારે છે.

ટૂંકમાં ફરી સમજવું હોય તો ફર્ટિલિટી માટે દૂધ, દહીં, ખાટા ફળ , લીલાં શાક, નટ્સ અને આખા અનાજ ખૂબ જરૂરી છે.

આ બધી જ ચીજો તો બધા ખાતા જ હોય છે. તેમાં નવું શું છે ?

આ પ્રશ્ન વિચાર માંગી લે છે, પરંતુ પુરુષો આખા દિવસમાં ઘણી બધી વાર ચા પીવે છે, ગુટખા ખાય છે, સિગરેટ પીવે છે. આરોગ્યને માટે જરૂરી એવા નારિયેળ પાણી, ફળના રસ કે દૂધ નથી પીતા.

ફળ પણ યાદ રાખીને બધા પુરુષો ખાતા નથી. જ્યારે કે નારંગી, નારંગીનો રસ, શક્કરટેટી, સ્ટ્રોબેરી, કીવી, કેરી જેવાં ફળો શુક્રાણુની ક્વૉલિટી સુધારવા માટે જરૂરી છે. કેટલીકવાર મહિનાઓ સુધી કોઈપણ પ્રકારના નટ્સ ખવાતા જ નથી અને ખવાય તો સીંગ ભુજિયા અથવા મસાલા કાજુના સ્વરૂપમાં ખવાય છે. કેટલાક કુટુંબોમાં ધર્મને કારણે લસણ, ડુંગળી કે આદુ પણ નથી લેવાતું ત્યારે આ બધાં પદાર્થોના અગત્યનાં તત્ત્વો કેવી રીતે મળે ?

ઉપરાંત સારો ખોરાક લેવા છતાં આલ્કોહોલ, નિકોટીન, કોલા કે કેફીન લેવાથી ઈનફર્ટિલિટીના પ્રશ્નો વધે જ છે. ફર્ટિલિટીની ટ્રીટમૅન્ટના છ મહિના આગળથી જો તમે ઉપયોગી પોષક ઘટકો ધ્યાનપૂર્વક લો, તો તમારી ટ્રીટમૅન્ટ જરૂર ફળશે.

આજના ફાસ્ટફુડના કલ્ચરમાં પતિપત્ની બંને ઘરનો તાજો, પોષક ખોરાક લે, પ્રોસેસ્ડ અને તળેલા પદાર્થો ઓછા લે અને દૂધ, ફળ, શાક અને નટ્સ લે તો ઊંચા ગુણવત્તાવાળી રીપ્રોડક્ટીવ સીસ્ટમ બનશે.

## ફર્ટિલિટી ડાયેટ

| સમય | ખોરાક | પ્રમાણ |
|---|---|---|
| ૭:૦૦ | બદામ અખરોટ | ૩, ૩ નંગ |
| | ફુદીનાવાળી ચા | ૧ કપ |
| ૮:૦૦ | પ્રોટીન પાવડરવાળું દૂધ | ૧ ગ્લાસ |
| | મેથીના થેપલા | ૨ નંગ |
| ૧૦:૦૦ | કેરી અથવા સક્કરટેટી(સીઝનલ) | ૧ વાટકો |
| ૧૨:૦૦ | રોટલી | ૪ નંગ |
| | બ્રોકલી-કેપ્સીકમનું શાક | ૧ વાટકી |
| | મિક્સ દાળ | ૧ વાટકી |
| | (તુવેર મગ ચણા) | |
| ૩:૩૦ | છાશ | ૧ ગ્લાસ |
| ૫:૦૦ | ફણગાવેલા મગની ભેળ અથવા | ૧ વાટકી |
| | શેકેલા પૌંઆનો ચેવડો | |
| | નારંગીનો રસ | ૧ નાનો ગ્લાસ |
| ૭:૦૦ | ટોમેટો કોરિયેન્ડર સૂપ | ૧ વાટકી |
| ૮:૩૦ | મિક્સ વેજીટેબલ | ૧ વાટકી |
| | પરોઠા | ૩ નંગ |
| | બીટની ચટણી | ૧ ચમચી |
| ૯:૪૫ | દૂધ | ૧ ગ્લાસ |

આ રીતે સભાનતાપૂર્વક બધાં જ ફૂડ ગ્રુપમાંથી ખોરાક લઈને તંદુરસ્તી જાળવવાથી અને ફર્ટિલિટીને નુકસાન કરતાં તત્ત્વોથી દૂર રહેવાથી ઇનફર્ટિલિટીની ટ્રીટમૅન્ટમાં ઘણી બધી સહાય થઈ શકે છે.

## મેન્સ્ટ્રુએશન એન્ડ ન્યુટ્રિશન

જ્યારે આજકાલની કોઈ છોકરીને ઘણી નાની ઉંમરમાં જ પિરિયડ આવી ગયેલો સાંભળું ત્યારે મને થોડું દુઃખ થાય. કારણ કે હવે તે છોકરી ૫૦ વર્ષની થતા સુધીમાં દર મહિને તકલીફ અનુભવશે.

> મેન્સ્ટ્રુઅલ સાઈકલ જીવનનું જરૂરી ચક્ર હોવા છતા સ્ત્રી ઘણી તકલીફોમાંથી પસાર થાય છે. જેમાં છે – અતિશય બ્લિડિંગ અને પરિણામે અનિમિયા, પીએમએસ કે જેમાં ગુસ્સો, તાણ, રડવું, ટેન્શન જેવા આવેગો.

આ બધી દરેક મહિનાની તકલીફોમાં પોષણ કેવી રીતે મદદ કરે ?

- કેલ્શિયમ અને એસેન્શ્યલ ફેટ ઉપરની બધી તકલીફોને સરળ કરે છે : મૂડસ્વીંગ્સ, ચીડિયાપણું ઘટાડવા રોજ ૧ ગ્લાસ વધારાનું દૂધ પીઓ. બંને પોષક ઘટકો મળશે !
- લીલી ભાજીઓ વધારે ખાવાથી પિરિયડ વખતના પેઢુના દુઃખાવામાં રાહત મળશે ! કારણ કે તેમાં કેલ્શિયમ હોય છે.
- વધારે પડતું બ્લિડિંગ થતું હોય તો આયર્નની ટેબ્લેટ જરૂર લેવી. તે ઉપરાંત પૌંઆ, પનીર, ઉગાડેલા મગ, દહીં, કેળુ અને દૂધ ભૂલ્યા વિના લેવા જેથી પ્રોટીન અને આયર્ન ભેગા મળી હિમોગ્લોબીન બનાવે. શરીરમાં મળતા પોષકઘટકોની મદદથી નવું શુદ્ધ લોહી બનતા લગભગ ૧૦થી ૧૨ દિવસ લાગે છે. જ્યારે બ્લિડિંગ તો દર મહિને blood loss કરે છે. વિચારો ! કેટલી જરૂર છે તમારા શરીરને પોષણની ? એનિમિક અને નબળા ન થવું હોય તો રોજેરોજ પોષક ખોરાક ખાઓ.
- જ્યારે ખૂબ જ ઓછો રક્તસ્રાવ થતો હોય, ત્યારે જાણવા મળ્યું છે તે પ્રમાણે ખોરાકમાં ચરબીની અછત હોઈ શકે છે. 'ક્રેશ' કે 'ફેડ'ડાયટિંગ કરનારી બહેનો ચરબી નહીંવત લે છે અને પરિણામે નાની ઉંમરમાં આ તકલીફ થાય છે. કારણ શું ? ચાલો સમજીએ : ઈસ્ટ્રોજન હોર્મોનમાં થોડા પ્રમાણમાં કોલેસ્ટ્રોલ અને ચરબી હોય છે. જ્યારે ખોરાકમાં આ ચરબી જરા પણ ન આવે ત્યાર ઈસ્ટ્રોજન પણ ઓછો બને. પરિણામે ઓછું બ્લિડિંગ થાય.

- ઘણીવાર આ સમયે મીઠાઈ, ચૉકલેટ અથવા સ્ટાર્ચી પદાર્થો ખાવાનું બહુ જ મન થાય છે. તે ખાવાથી ડીપ્રેશન, થાક, ટૅન્શન, ગુસ્સો, અને પી.એમ.એસ.નાં લક્ષણો ઘટી જાય છે. તેનું કારણ છે કે કાર્બોહાઇડ્રેટમાંથી સેરોટોનીન નામનું ન્યુરોટ્રાન્સમીટર બને છે. જે આનંદ, હળવાશ અને શાંતિની લાગણી આપે છે.
- પ્રિ-મેન્સ્ટ્રુઅલ ટૅન્શન વધારે થતું હોય તો કૉફી બંધ કરો અથવા ઘટાડી દો.
- દૂધ, દહી, કઠોળ, સફરજન, દ્રાક્ષ, ખજૂર, ગાજર, નટ્સ અને મધમાંથી જે કેલ્શિયમ અને બોરોન મળે છે તે આવી બધી તકલીફોને ઘટાડે છે.

આમ, માસિકના સમયમાં સરસ ખોરાક ખાઈને હળવા રહો અને ખુશ પણ રહો.

## ડાયેટ પ્લાન ફોર મેન્સ્ટુઅલ સાઇકલ

| સમય | ખોરાક | પ્રમાણ |
|---|---|---|
| ૭:૦૦ | ખજૂરવાળું દૂધ | ૧ ગ્લાસ |
| | બટાકા પૌંઆ | ૧ વાટકી |
| ૧૧:૦૦ | સફરજન | ૧ |
| ૧:૩૦ | દાળ | ૧ વાટકી |
| | રોટલી | ૩ નંગ |
| | તુવેર-રીંગણનું શાક | ૧ વાટકી |
| | ભાત | ૧ ચમચો |
| | દહીં | ૧/૨ વાટકી |
| ૪:૦૦ | ચા | ૧ કપ |
| | ફણગાવેલા મગની અને શાકની ભેળ અથવા ઢોકળા-ચટણી | ૧ વાટકી |
| ૮:૦૦ | પાલખ-પનીરનું શાક | ૧ વાટકી |
| | ભાખરી | ૩ નંગ |
| ૯:૦૦ | દૂધ | ૧ નંગ |

## ૧૧

# કેન્સર

૧૯૭૦થી વૈજ્ઞાનિકો અને ડૉક્ટર્સ કહેતા રહ્યા છે કે ફળ અને શાક એટલે કે ફાઇબરવાળા પદાર્થો કેન્સરને રોકવા માટે ખૂબ જરૂરી છે. આપણો ખોરાક આપણને અમુક હદ સુધી કેન્સર સામે પ્રતિકારકતા આપે જ છે. પ્રશ્ન એ છે કે શું આપણે આ સંબંધને મહત્ત્વ આપીએ છીએ ખરા ? ના, આપણે નિકોટીન, તમાકુ, આલ્કોહોલ, પ્રોસેસ્ડ ફુડ, કાર્બોનેટેડ પીણાં, કૉફી અને જંક ફૂડને મહત્ત્વ આપીને જે કંઈ પોષક ઘટકો ખોરાકમાંથી મળતા હોય તેને પણ મારી નાંખીએ છીએ.

> અવારનવાર પ્રિન્ટ મીડિયામાં 'એન્ટિઓક્સિડન્ટ', 'ફ્રી રેડિકલ્સ', 'ફાયટોકેમિકલ્સ', 'ફાઇબર્સ' જેવા કેન્સર અને ન્યુટ્રિશનને લગતા શબ્દો જોવા મળે છે. તે તેનો શો અર્થ ? - જોઈએ...

- કેન્સર ઘણાં કારણોથી થાય છે. જેમાંનાં અમુક કારણો આપણા કંટ્રોલમાં હોય છે જેમ કે ખોરાકમાં ફળ, શાક અને સ્પ્રાઉટ્સનો નહીંવત ઉપયોગ, અનહેલ્ધી લાઇફસ્ટાઇલ, કસરતનો અભાવ અને તમાકુનો ઉપયોગ.
- **અમેરિકાની નેશનલ કેન્સર ઇન્સ્ટિટ્યૂટ** કહે છે કે એક તૃતિયાંશ જેટલા પ્રકારના કેન્સર માત્ર આપણા આહાર સાથે જ સંકળાયેલા છે.
- કેન્સર એટલે સાદી ભાષામાં 'કોષોનો અનિયમિત કે વિકૃત વિકાસ'. કેન્સરનો પૂરેપૂરો વિકાસ એક લાંબી પ્રક્રિયા છે એટલે કે તે ધીમે ધીમે વિકસે છે. આપણી લાઇફસ્ટાઇલની સારી કે ખોટી ટેવોથી કેન્સરના કોષોને મારવા કે જાગૃત કરવા આપણા હાથમાં છે.

- જાણીને નવાઈ લાગે, પણ આપણા ખોરાકમાં એવા કેટલાક કેમિકલ્સ છે કે જે કેન્સર કરતા કોષો ઉત્પન્ન થાય તે પહેલા જાગૃત બનીને તેને રોકે છે. તો વળી અમુક ઘટકો શરીરના ઝેરી કચરાના નિકાલની પ્રક્રિયા બરાબર કાર્યરત રાખીને વારસાગત કેન્સરને રોકે છે.
- બહારથી શરીરમાં પ્રવેશતા જે તત્ત્વો કેન્સર કરે છે, તેને Free Radicals કહે છે. પોલ્યુશન, રેડિયેશન, નિકોટીન, કેમિકલ્સ, ખોરાકની ચરબી, રાંધવાની ખોટી રીતો, ટ્રાન્સફેટ વગેરે બધું જ શરીરમાં આવતા વિટામિન્સ તથા મિનરલ્સનો નાશ કરીને વિકૃત્ત કોષો ઉત્પન્ન કરે છે.

## ન્યુટ્રિશન ફોર કેન્સર પ્રિવેન્શન !

- જેટલા વધારે ફળ, સ્પ્રાઉટ્સ, સલાડ અને શાક ખાઓ તેટલી કેન્સરની સંભાવના ઓછી. ખાસ કરીને મોટું આંતરડું, જઠર, ફેફસા અને સ્તનનું કેન્સર ઓછું થાય છે.
- સિગરેટ પીનારા લોકો રોજના બેથી ત્રણ ફળ ખાય તો તેમને પણ કેન્સર થવાની શક્યતા ઘટી જાય છે.

ફળ અને શાકમાં જે કેરોટીનોઈટ્ઝ, ફ્લેવોનોઇડ્ઝ, ટર્પેન્સ, લિમોનોઇડ્ઝ જેવા તત્ત્વો છે તે એન્ટી કેન્સર તત્ત્વો છે. વિટામિન એ,સી,ઈ સેલેનિયમ જેવા પોષકઘટકો એન્ટિઓક્સિડન્ટ છે, જે કેન્સરને રોકે છે.

## કેન્સર સામે રક્ષણ આપતા પદાર્થો

| શાક | ફળ | બીજા ખોરાક |
|---|---|---|
| કોબીજ, ગાજર, આદુ, લસણ, સેલરી, બ્રોકલી, ટામેટા, રીંગણ, કેપ્સીકમ, લીલા મરચા, ફુદીનો, કાકડી, તુલસી, ફલાવર | નારંગી, લીંબુ, જાંબુ, સ્ટ્રોબેરી અને બીજા બેરીઝ, આમળા, દ્રાક્ષ, સફરજન, કેરી, દાડમ | સોયાબીન, લીલી ચા, આખા અનાજ ઘઉંના ફાડા, ફ્લેક્સસીડ, ઓટ્સ, બ્રાઉન રાઈસ, અજમો, જવ, ઉગાડેલા કઠોળ, ટોફુ, ચા, લસણ અને ડુંગળી |

એક અભ્યાસ જણાવે છે કે જુદા જુદા કૅન્સર સામે જુદા જુદા ફળ અને શાક રક્ષણ આપે છે.

- **ફેફસાનું કૅન્સર :** ગાજર, કોળું, કેરી, પપૈયું, લીલાં પાંદડાવાળાં શાક
- **મોટા આંતરડાનું કૅન્સર :** કોબીજ, કોલીફ્લાવર, બ્રોકલી, સી-ફુડ, દૂધ, દહીં અને વિટામિન ડી
- **અન્નનળી અને ફેફસાનું કૅન્સર :** જુદાં જુદાં ફળ
- **પેટનું કૅન્સર :** સોયાબીન, તમામ ફળ, ડુંગળી, લેટસ, ટામેટા, લસણ, લીલી ચા.
- **સ્વાદુપિંડનું કૅન્સર :** નારંગી, ટામેટા, ખાટા ફળ, જુદા જુદા કઠોળ
- **સ્તન કૅન્સર :** સોયાબીન, માછલી, ઘઉંનું થૂલું, ઑલિવ ઑઈલ, વિટામિન સી
- **મૂત્રાશયનું કૅન્સર :** બધા જ કેસરી તથા લીલા રંગનાં શાક
- **થાઈરોઈડ કૅન્સર :** ક્રૂસીફરસ શાક-બ્રોકલી, કોબીજ, ફલાવર

- લસણ અને ડુંગળીમાં 'એલિયમ કમ્પાઉન્ડ' હોય છે જે કૅન્સર સામે રક્ષણ આપે છે. આ ઉપરાંત લસણમાં 'એજોઈન' અને 'એલીસીન' નામનાં તત્ત્વો કૅન્સરના કોષોની સામે કુદરતી કિમોથેરાપીનું કામ કરે છે.
- ટામેટાનું 'લાઈકોપીન' એન્ટિઓક્સિડન્ટ પીગમૅન્ટ છે, તે પણ કૅન્સર સામે પ્રતિકારકતા આપે છે.
- તેવી જ રીતે કેસરી-પીળા રંગના ફળ અને શાકના 'બીટા-કેરોટીન', લીલા શાકનું 'ક્લોરોફીલ' અને 'લ્યુટીન' કૅન્સર માટેના લડાયક તત્ત્વો ધરાવે છે.

અમુક ખાદ્યપદાર્થોનો વધારે પડતો ઉપયોગ કરવાથી કૅન્સર થઈ શકે છે. જેમ કે : ચરબીવાળું માંસ, આલ્કોહોલ, પ્રોસેસ્ડ ફૂડ વગેરે.

કેન્સર થયા બાદ તેને ફેલાતું અટકાવવા માટે સી ફુડ, લસણ, કોબીજ, બ્રોકલી, કોલાર્ડ ગ્રીન્સ અગત્યનું કામ કરે છે.

રાંધવાની અમુક પ્રકારની રીતો કેન્સર કરી શકે છે. જેમ કે તળવાની, ગ્રીલિંગ, બ્રોઈલિંગ અને બાર્બેક્યુમાં કેન્સર કરનાર તત્ત્વો વધે છે, વાનગીને એકના એક તેલમાં તળવાથી અથવા બ્રાઉન કે કાળી શેકવાથી કે પછી બાળવાથી ઊંચા અમાઈન્સ બનીને કેન્સર કરી શકે છે. જ્યારે બાફવાની, સ્ટ્યુઈંગ, માઈક્રોવેવ, પોચિંગ કે શેલો ફ્રાય પદ્ધતિમાં આવું થતું નથી.

ઘણી વાર તમાકું ન ખાતા, સામાન્ય સ્વસ્થ વ્યક્તિને પણ કેન્સર થાય છે. તેનાં કારણોમાં કોષોની કુદરતી વિકૃતિ, ફ્રી રેડિકલ્સ સાથે સંબધ, વારસો, ખોરાકમાં ફળ અને રેસાવાળાં તત્ત્વોનો અભાવ કે પછી રોજ કડક, બ્રાઉન રાંધેલું ખાવાની ટેવ હોઈ શકે છે.

હવે બે પ્રકારના Diet Plan જોઈએ જેમાંનો એક કેન્સર ન થાય તે માટેનો છે અને બીજો કેન્સર થયા પછી નવા સ્વસ્થ કોષ બને અને માંદગીમાંથી ઝડપથી સાજા થવા માટેનો છે.

## કેન્સર પ્રિવેન્ટિવ ડાયટ

(તમાકુ લેનારા લોકો, કુટુંબમાં કેન્સરનો વારસો ધરાવનારા લોકો, સ્થૂળકાય, ફાઈબર વગરનો વધારે પડતો બજારુ ખોરાક ખાનારા, બેઠાડું જીવન જીવનારા, આલ્કોહોલ લેનારા, કેમિકલ્સ અને સોલ્વન્ટની નજીક કામ કરનારા અને નેચરલ ફૂડ નહીંવત લેનારા લોકો માટે આ એક નંબરના ડાયટ પ્રિવેન્ટિવ છે.)

**(Diet Plan 1)**

| સમય | ખોરાક | પ્રમાણ |
|---|---|---|
| ૭:૦૦ | ફુદીનો-આદુવાળી ચા | ૧ કપ |
| ૮:૦૦ | દૂધ | ૧ ગ્લાસ |
| | ઉપમા/મેથીના થેપલા/પૌંઆ (કોઈ એક) | ૧ વાટકી/ ૨ નંગ |
| ૧૦:૦૦ | નારંગી અથવા સફરજન | ૧ નંગ |
| ૧૨:૩૦ | રોટલી | ૪ નંગ |
| | દાળ | ૧ વાટકી |
| | ગવાર-કોળાનું શાક | ૧ વાટકી |
| | ટામેટા-કાકડીનું કચુંબર | ૧ ચમચો |
| | ભાત | ૧ ચમચો |
| ૪:૩૦ | લીલી ચા નાંખેલી ચા (લેમન ગ્રાસ) | ૧ કપ |
| ૬:૦૦ | પપૈયું | ૧/૨ વાટકી |
| ૮:૩૦ | પાલક-કેપ્સીકમનું શાક | ૧ વાટકી |
| | ભાખરી | ૨ નંગ |
| | મગ-ફાડાની ખીચડી | ૧ વાટકી |
| | દહીં | ૧ વાટકી |

ઉપરના Dietમાં દિવસના બે ફળ, બે મુખ્ય ભોજન સાથે પાંચથી છ શાક છે. જેમાંથી બધાં વિટામિન મળે છે અને ફાઈબર મળે છે. પ્રોસેસ્ડ ફૂડ નથી. વેરાઈટી માટે જુદી વાનગી જરૂર બનાવી શકાય પણ, મુખ્ય હેતુ એ છે કે આખા અનાજ, શાક, સેલડ, ફળ, દૂધ વગેરે મળી રહે. કોળું શરીરના Toxins ખેંચી લે છે.

કેન્સર દરમિયાન દર્દીના શરીરમાં કુપોષણની ખૂબ જ ખરાબ સ્થિતિ ઉદ્ભવે છે. ખાસ કરીને અન્નનળી, જઠર અને સ્વાદુપિંડના કેન્સરમાં કુપોષણ ઝડપથી થાય છે. આ કુપોષણ જ્યારે કેન્સરની સારવાર ચાલતી હોય જેમ કે, કિમોથેરાપી અથવા રેડિયોથેરાપી ચાલતી હોય ત્યારે ખૂબ જ વધે છે. વજનમાં ઘટાડો, શરીરના પ્રોટીનના ભાગમાં ઘટાડો અને અન્ય પોષક તત્ત્વોમાં પણ ઘટાડો થાય છે. જ્યારે આવી સ્થિતિ હોય ત્યારે રેડિયોથેરાપીના બેથી ચાર અઠવાડિયાં પહેલાં ખૂબ જ પોષણયુક્ત ખોરાક અને પ્રોટીનવાળા પાવડર આપવા જોઈએ. શરીરના વજનના એક કિલોગ્રામ દીઠ ૨૦ થી ૩૦ કેલરી અને લગભગ ૧.૫ ગ્રામ જેટલું પ્રોટીન આપવું જોઈએ.

કેટલીકવાર અમુક સારવાર વખતે ખોરાક લીધા પછી ઊલટી થતી હોય છે ત્યારે બને તેટલા લિક્વિડ સ્વરૂપમાં પૌષ્ટિક વસ્તુ આપવા કોશિષ કરવી. એવું જાણવામાં આવ્યું છે કે અમુક પ્રકારના ફેટીએસિડ આ પ્રકારની તકલીફમાં ઘટાડો કરી શકે છે. અમુક પ્રકારની દવાઓ ભૂખ લગાડવામાં અને ઊલટીને રોકવામાં મદદ કરે છે તેનો પ્રયોગ કરી શકાય.

## કેન્સર મટી ગયા પછીનો પ્લાન (Diet Plan 2)

| સમય | ખાદ્યપદાર્થ | પ્રમાણ |
|---|---|---|
| ૬:૩૦ | ૧૦ નંગ તુલસીનાં પાન ચાવી જવા | |
| ૭:૦૦ | કેરી અથવા કેળું | ૧ નંગ (નાનું) |
| ૮:૦૦ | સૂંઠ-ગંઠોડાની રાબ | ૧/૨ વાડકી |
| | બટાકાપૌંઆ/ઉપમા/ઈંડા/ફણગાવેલા મગ | ૧/૨ ડીશ |
| ૧૦:૦૦ | પ્રોટીન પાવડરવાળું દૂધ જો વ્હે પ્રોટીન (Whey Protein) આપવું હોય તો દૂધના બદલે પાણીમાં ઓગાળીને આપવું. | ૧ ગ્લાસ |
| ૧૧:૦૦ | સક્કરટેટી | ૧ વાડકી |
| ૧:૦૦ | રોટલી | ૨ નંગ |
| | ડુંગળી-ટામેટાનું સલાડ | ૧ વાડકી |
| | ફ્લાવર-વટાણાનું શાક | ૧ વાડકી |
| | મિક્સ દાળ(ત્રણ જાતની) | ૧ વાડકી |
| | દહીં | ૨ ચમચા |
| | ભાત | ૧ ચમચો |
| ૪:૦૦ | ઢોકળા (મિક્સ દાળના) | ૧ ડીશ |
| | કોથમીરની ચટણી | ૨ ચમચી |
| | ફૂદીનાવાળી ચા | ૧ કપ |
| ૬:૦૦ | પપૈયું | ૧/૨ ડીશ |
| ૮:૦૦ | ટામેટા-ગાજરનો સૂપ | ૧/૨ વાડકી |
| | દૂધી-ચણાની દાળનું શાક | ૧ વાડકી |
| | ભાખરી | ૩ નંગ |
| ૧૦:૦૦ | સાદું દૂધ | ૧ ગ્લાસ |

આ પોસ્ટ ઓપરેટીવ dietની વિશેષતાઓ સમજવી હોય તો :

- તુલસીના પાન ક્લોરોફીલ ધરાવે છે, હાઈપરટેન્શન ઘટાડે છે અને વિટામિન 'એ' તથા 'સી' આપે છે. તે એન્ટીઓક્સિડન્ટ ગુણ ધરાવે છે.
- કેરીમાંથી ભરપૂર કેરોટીન મળશે જ્યારે કેળામાંથી કેલ્શિયમ અને પોટેશિયમ. વળી ખાલી પેટે ફળના બધાં તત્ત્વો પૂરાં શોષાય છે.
- ગંઠોડા અને સૂંઠ માંદગીમાંથી સાજા થવાની તાકાત પણ આપશે. તે ભૂખ ઉઘાડે છે અને પાચનક્રિયા સરળ બનાવે છે.
- પૌંઆ, ઉપમા કે મગ ફર્સ્ટ ક્લાસ પ્રોટીન, ફાઈબર્સ તથા આયર્ન આપશે જે નવા રક્તકણો બનાવશે. ઈંડા બાફેલા અથવા પોચ્ડ (Poached) આપવા.
- દિવસના ત્રણ ફળમાંથી કેન્સર ફરી ન થાય તે માટેના લડાયક તત્ત્વો મળે છે.
- પ્રોટીન પાવડર સારામાં સારું, પૂરેપૂરું શોષાય તેવું, નવા કોષોના સારા વિકાસ માટેનું પ્રોટીન આપશે. વ્હે પ્રોટીન જેટલું લીધું હોય તેના ૮૦ % સુધી શરીરમાં વપરાય છે.
- ચટણી, સલાડ તથા સૂપ પણ ભરપૂર વિટામિન્સ આપશે. તાજા સ્વરૂપમાં ખાવા સારા.
- એક યા બીજા રૂપે દિવસના ત્રણથી ચાર શાક અગત્યના વિટામિન તથા મિનરલ્સ આપે છે.
- ઢોકળામાં આથો લાવવાથી વિટામિન બી કૉમ્પ્લેક્સ વધે છે અને એક કરતા વધારે દાળ વધારાનું પ્રોટીન આપે તે તો જુદું. આવા મિશ્રણથી પ્રોટીનની જૈવિક ગુણવત્તા સુધરે છે.
- દૂધ એ સંપૂર્ણ આહાર છે અને તેના બધા ગુણ દહીંમાં પણ છે.

આમ આ મહાભયંકર રોગ 'કેન્સર'ને આપણે ખોરાકની સહાયથી રોકી પણ શકીએ છીએ અને રોગ થયા બાદ તેને ફરી થતો અટકાવવામાં ઘણા અંશે મદદ કરી શકીએ છીએ.

# ૧૨
# એનિમિયા માટેનો આહાર

'એનિમિયા'

શું આ કોઈ રોગ કહી શકાય ? મારી દૃષ્ટિએ જરૂર કહેવાય.

સ્ત્રીઓને સહુથી વધારે સ્પર્શતો આ રોગ છે. ખરેખર તો તે પોષણની ખામીનો રોગ છે. જ્યારે રોજના આહારમાં પ્રોટીન અને આયર્નયુક્ત ખોરાક ઘણો ઓછો જતો હોય, શરીરમાં નવું લોહી બનવાની પ્રક્રિયા કોઈ કારણસર ધીમી હોય ત્યારે રક્તકણોની ગુણવત્તા બગડે છે. સાથે સાથે હિમોગ્લોબીનનું પ્રમાણ ઓછું થઈ જાય છે. શરીરમાં જરૂરી ઑક્સિજન ન પહોંચે કે ઓછો પહોંચે, તેને એનિમિક કંડિશન કહી શકાય. આ રોગ સ્ત્રીને માસિક આવે તે પછીથી લઈને, ડિલિવરી દરમ્યાન અથવા મેનોપોઝ પહેલા પણ થઈ શકે છે. શરીરમાં જુદા જુદા અવયવોમાં લોહી દ્વારા ઑક્સિજન પહોંચતો હોય છે. જે એનિમિયામાં નથી પહોંચી શકતો. પરિણામે સ્ત્રી ફિક્કી, થાકેલી, નિસ્તેજ રહે છે.

**મેન્સ્ટ્રુએશન એન્ડ એનિમિયા :**

શરીરમાંથી રક્તસ્રાવ દ્વારા ઘણું વધારે લોહી નીકળે અને પોષણની ખામીથી જરૂરી પોષક તત્ત્વો ન મળતાં હિમોગ્લોબિન ન બને, નવું લોહી ન બને. આ તકલીફ મેન્સ્ટ્રુએશન ચાલુ થવા સાથે થાય છે.

વધુ સરળતાથી સમજવું હોય તો :

- ગરીબ અને પછાત કુટુંબમાં સ્ત્રીને પૂરતો ખોરાક અથવા પૂરતું પોષણ મળતું નથી. જેના કારણે તે એનિમિક થઈ જાય છે.

- નવા શુદ્ધ લોહીની બનાવટ માટે ઉચ્ચ કક્ષાનું પ્રોટીન, આયર્ન, વિટામિન C, વિટામિન $B_{12}$ અને કોપરની જરૂર રહે છે. ખાસ તો પ્રોટીન અને આયર્ન, ખોરાકમાં આ બધું મળે તો જ લોહી બને. હીમોગ્લોબીન બને અને રક્તકણોની ગુણવત્તા સુધરે.
- ઘણી વખત એવું પણ બને કે ખોરાકમાંથી જે આયર્ન મળે તે સારી રીતે શોષાઈ શકે જ નહીં, પરિણામે હિમોગ્લોબીન સતત ઓછું જ રહે. આમાં શોષણની કોઈક પ્રકારની તકલીફ હોય છે.
- વારંવારની પ્રેગ્નન્સી, વધારે પડતી ચા-કૉફીની ટેવ કે વધારે પડતો પરસેવો થવાને લીધે પણ આયર્ન શોષાતું નથી અથવા જોઈએ તેટલા પ્રમાણમાં હિમોગ્લોબીન બની શકતું નથી. થેલેસેમિયા જેવા રોગમાં લોહી બનવાની પ્રક્રિયા કુદરતી રીતે ખરાબ હોય છે. જન્મથી માઈનર થેલેસેમિયાવાળી બહેનો પણ એનિમિક રહેતી હોય છે.
- મેનોપોઝ આવતા પહેલા ઘણી સ્ત્રીઓને ઘણા દિવસ સુધી ખૂબ રક્તસ્રાવ થતો હોય છે. ત્યારે પણ એનિમિયા થાય છે.
- **સહુથી વધારે અગત્યની વાત એ છે કે શાકાહારી સ્ત્રીઓમાં વધારે એનિમિયા થાય છે** કારણ કે ઈંડા, માંસ અને માછલીઓમાંથી 'Heam Iron' મળે છે, જે શરીરમાં લગભગ પૂરેપૂરું શોષાય છે. જ્યારે Vegetarian Source લીલી ભાજી, કઠોળ કે સૂકા મેવામાં 'Non heam Iron' છે જે અડધું જ શોષાય છે. તો Vegetarian વાનગીઓ જો ડબલ ખાઈ શકાય તો જ પૂરું iron આપણને મળે !

## કેવા હોય તેનાં લક્ષણો ?

- શ્વાસ ચઢવો (ઑક્સિજન શરીરમાં પૂરતો ન મળે તેથી)
- અશક્તિ, થાક લાગવો.
- ચામડી પીળાશ પડતી, ફિક્કી બની જવી. (સામાન્ય લોકો તેને ગોરી ચામડી માને છે)
- રોગપ્રતિકારકતા ખૂબ નબળી બની જવી.
- કામ કરવાના ઉત્સાહનો અભાવ રહે.
- બાળકોમાં પણ એનિમિયા થઈ શકે. ખાસ કરીને જે બાળકો નબળા કે અશક્ત જન્મ્યાં હોય, માતાને સગર્ભાવસ્થામાં પોષણ ન મળ્યું હોય કે પછી જન્મ પછી બાળકને પણ પૂરું પોષણ ન મળે. (દુઃખની વાત છે કે હજુ પણ ભારતમાં લોહીની કમીથી (એનિમિયાથી) ઘણી સ્ત્રીઓ ડિલિવરીમાં જ મૃત્યુ પામે છે અથવા ખૂબ નબળા બાળકને જન્મ આપે છે.

આ બાળક પણ વધારે દિવસ જીવતું નથી કારણકે માતાના શરીરમાંથી આયર્ન ખૂબ ઓછું મળવાથી બાળકના શરીરમાં ખૂબ ઓછું લોહી, નબળા રક્તકણો અને ઓછું હિમોગ્લોબીન હોય છે. છેલ્લા સંશોધનો જણાવે છે કે જ્યારે લાંબા સમય સુધી એનિમિક કન્ડીશન હોય ત્યારે શરીર પોતાના જ અવયવો જેવાં કે લિવર, કિડની વગેરેમાંથી આયર્ન શોષી લેવાની અથવા તો ખેંચી લેવાની કોશિષ કરે છે. આના કારણે જે તે અવયવ ખૂબ નબળું પડે છે અને મૃત્યુનું કારણ બની શકે છે.)

## આહાર અને સારવાર

- હિમોગ્લોબીનનું લેવલ જાળવવા માટે ખોરાકમાંથી પ્રોટીન, આયર્ન, વિટામિન $B_{12}$ વિટામિન C, ફોલિક ઍસિડ અને કોપર મળવા જોઈએ.
- જો હિમોગ્લોબીનનું સ્તર ૫ થી ૬ % જેટલું હોય કે તેથી પણ ઓછું હોય તો આહાર એકલો કામ લાગતો નથી. સાથે સાથે આર્યન તથા $B_{12}$ ના ઈન્જેક્શન અને પ્રોટીનનો પાવડર આપવો પડે છે. સગર્ભા સ્ત્રીને લોહીની બોટલ પણ ચડાવવી પડે છે.
- જો હિમોગ્લોબીન ૮% જેટલું હોય અને વ્યક્તિ બીમાર ન હોય તો પૂરક ખોરાકથી હિમોગ્લોબિન લગભગ ત્રણેક મહિનામાં વધારી શકાય છે. પરંતુ જો તે દર્દી સ્ત્રી હોય અને તેને વધારે પડતું બ્લિડિંગ થતું હોય તો હિમોગ્લોબીન વધવાનો સમય ગાળો લંબાઈ શકે છે. આથી તે સ્ત્રીને રોજના આહારમાં ૩૦ થી ૩૫ મિલીગ્રામ આયર્ન મળે અને ઓછામાં ઓછું ૬૦ થી ૬૫ ગ્રામ પ્રોટીન મળે તેવો ખોરાક આપવો.
- આયર્નની ટેબ્લેટ્સ પણ ખોરાકની સાથે લઈ શકાય. ઘણીવાર લાંબા સમય સુધી આયર્નની ટેબ્લેટનો કોર્સ કરવો જરૂરી બની જાય છે.

## આયર્ન રીચ ફૂડ ફોર વેજીટેરિયન !

આગળ જણાવ્યા મુજબ વેજીટેરિયન ફૂડમાં Non-Heam-iron હોય છે. તો તેના સહુથી સારા Source કયા ?

- 'પૌંઆ' એ એવું અનાજ છે જે ચોખાને તેની ઉપરના પડ (કુશ્કી) સાથે જ ટીપીને બનાવે છે. આ કુશ્કીમાં ઘણું જ આયર્ન, પ્રોટીન અને વિટામિન બી કૉમ્પ્લેક્સ હોય છે. છોડા સાથે ટીપી નાંખવાથી તેના બધા ઘટકો પૌંઆમાં આવી જાય છે. ઘણા થોડા લોકો જાણતા હશે કે ૧૦૦ ગ્રામ પૌંઆમાં આપણી રોજની જરૂરિયાતનું અડધું આર્યન મળી જાય છે. તો,

એનિમિક કંડિશન થાય તેવું લાગે ત્યારે રોજ પૌંઆ ખાવા માંડો અને આર્યન મેળવો. (ચોખા કે મમરામાં પૌંઆ જેટલું આયર્ન નથી મળતું કેમ કે ઉપરનું પડ (Rice Bran) કાઢીને, મિલમાં પૉલિશ થઈને ચોખા બજારમાં આવે છે.)

- લીલા શાકની કુમળી દાંડીઓમાં પાંદડાં કરતા પણ વધુ આયર્ન હોય છે. ફ્લાવરની દાંડી, કોથમીર કે મૂળાની ભાજીની દાંડી, પાલક કે મેથીની દાંડી કાપીને ફેંકતા પહેલા હવે વિચાર જરૂર કરજો, પાંદડા સાથે દાંડી પણ રાંધો, જેથી આર્યનનો વેસ્ટ ન થાય.
- મગ, મઠ, ચણા, રાજમા, તુવેર – બધા જ કઠોળ ઘણું આયર્ન આપશે પણ પાણી નાંખેલી, પાતળી તુવેરની દાળ રોજ લેવાથી જોઈએ તેટલું આયર્ન નહીં મળે. અઠવાડિયામાં ચારેક દિવસ ચોળા, તુવેર, રાજમા, કાબુલી ચણા, વટાણા જેવા કઠોળ જુદા જુદા સ્વરૂપે લેવાં. વળી ઉગાડેલા મગ, મઠ કે ચણામાં આયર્ન ૩૦ % વધી જાય છે. એટલું જ નહીં, વધારે સરસ પચે છે અને શોષાય છે.
- બાજરી, નાગલી, જુવાર, જવ જેવા અનાજમાંથી પણ થોડું આયર્ન મળે છે માટે મલ્ટી ગ્રેઈન વાનગીઓ બનાવો. આવા મિશ્રણથી એકબીજાના ખૂટતા ઘટકો મળી રહે છે.
- સૂકા મેવા સારા પ્રમાણમાં આર્યન આપે છે. રોજ રોજ ન લેવાય તો ક્યારેક ક્યારેક લેવા. શીંગદાણા અને ચણા તો સસ્તા અને પૌષ્ટિક છે જ. બંનેમાંથી પ્રોટીન અને આયર્ન મળી જશે.
- એનિમિક વ્યક્તિએ વધારે પ્રમાણમાં ચા, કૉફી અને કોકો ન લેવા, કારણ કે તેમાં જે ટેનિન અને કેફીન હોય છે તે આયર્નનું શોષણ અટકાવે છે. તેમાંય વળી, Non Heam કે વેજીટેરિયન આયર્નનું શોષણ તો બહુ ઘટી જાય છે. વધારે પડતા ચા-કૉફી પીને આયર્નની શોષણની ક્રિયા ન ઘટાડીએ તો સારું !
- આયર્ન સારું શોષાય તેમ ઇચ્છો છો ? તો રોજના ખોરાકમાં વિટામિન C વાળાં તત્ત્વો અચૂક લો. ખાટા ફળ, લીંબુ પાણી કે છેલ્લે ઉપરથી લીંબુ નીચોવીને ખાવાથી શરીરમાં આયર્ન સારું શોષાય છે.

ટૂંકમાં આર્યન મેળવવાના રસ્તા ઘણા છે. પોષકઘટકો બરાબર લઈ અને હિમોગ્લોબીન જળવાઈ રહે તે વધારે અગત્યનું છે. સ્ત્રીના જ હાથમાં રસોડું હોય છે. તો પછી પોતાના માટે આગ્રહપૂર્વક સારો ખોરાક લેવો તે સ્ત્રી માટે જરાય કપરું નથી. એનિમિક બનીને હતાશ, ડીપ્રેસ કે માંદલા રહેવા કરતા તંદુરસ્ત, સ્ફૂર્તિમાન રહેવાથી કુટુંબ પણ સારી રીતે સચવાશે.

# ડાયેટ ફોર એનિમિયા

| સમય | ખોરાક | પ્રમાણ |
|---|---|---|
| ૭:૦૦ | અંજીર, ખજૂર | ૪ નંગ |
| | આમળાનો ચ્યવનપ્રાશ | ૧ ચમચી |
| ૮:૦૦ | ૨ મેથીના ઢેબરા અથવા આયર્ન | |
| | ફોર્ટીફાઇડ સિરિયલ (મૂસલી) | ૩૦ ગ્રામ |
| | દૂધ | ૧ વાટકી |
| ૧૦:૩૦ | જામફળ અથવા નારંગી | ૧ નંગ |
| ૧૨:૩૦ | રોટલી | ૩ નંગ |
| | તુવેર-રીંગણનું શાક | ૧ વાટકી |
| | મિક્સ દાળ (અડદ, ચણા, મગ, મસૂર) | ૧ વાટકી |
| | ભાત | |
| | કોથમીરની ચટણી | ૧ ચમચી |
| | આથેલી હળદર | ૬.૭ ચીરી |
| ૪:૦૦ | ચા (ફુદીનાવાળી) | ૧ કપ |
| | બટાકાપૌંઆ/ફણગાવેલા મગ | ૧ વાટકી |
| ૬:૦૦ | લીંબુનું શરબત | ૧ ગ્લાસ |
| ૭:૩૦ | વેજીટેબલ કટલેસ | ૨ થી ૩ નંગ |
| | વેજીટેબલ સૂપ | ૧ વાડકી |
| ૯:૩૦ | દૂધ-પૌંઆ | ૧/૨ વાટકી |

ઉપરના ડાયેટમાં આયર્ન અને પ્રોટીન મળે તેવી વાનગીઓ પસંદ કરી છે. સાથે સાથે તેનું શોષણ થાય તે માટેના જરૂરી પોષક તત્ત્વો પણ આપ્યાં છે.

હિમોગ્લોબીન બનવા માટે પૌષ્ટિક ખોરાક લેવો પડે છે પણ તે એવું કાંઈ સ્પેશિયલ કે Designer Food નથી હોતું કે સામાન્ય સ્ત્રી લઈ ન શકે. ઉપરના dietમાં આવી જ વસ્તુઓ છે કે જે સરળતાથી બનાવી શકાય. તો થોડી વ્યવહારિક બુદ્ધિનો ઉપયોગ કરીને પૌષ્ટિક ખોરાક અવશ્ય લઈ જ શકાય.

## ૧૩

# માનસિક તાણ માટેનો ખોરાક

આજનો જમાનો છે 'ન્યુટ્રીશનલ સાઈકૉલૉજી'નો. હેલ્થ, વેલનેસ, ફિટનેસ અને ન્યુટ્રિશન આ ચાર શબ્દો જીવનના પર્યાય બની ગયા છે. ફિઝિકલ હેલ્થને સાચવવા જેમ આપણે હેલ્થ ક્લબમાં જઈએ તેમ મેન્ટલ હેલ્થને જાળવવા કોઈ પ્રયત્ન કરીએ ખરા ? ના ! મૅન્ટલ ટૅન્શન, સ્ટ્રેસ, ઍંગ્ઝાઈટી તો ચાલ્યા કરે, ટેવાઈ જવાનું ! મૅન્ટલ કન્ડીશન, મગજના કાર્યો અને પોષણને સીધો સંબંધ છે. જે ઘણાં બધા લોકો નથી જાણતા. આપણે ન્યુટ્રિશનને સાઈકૉલૉજી સાથે કનેક્ટ નથી કરતા કારણ કે તેની જાણકારી આપણી પાસે નથી. પરંતુ આ સ્થિતિમાં બીજા ઘણા પ્રૉબ્લેમ્સ ઊભા કરી દઈએ છીએ, :

- શરીરની માફક જ માનસિક સ્વાસ્થ્ય અને માનસિક પ્રક્રિયાઓ માટે પોષણ બહુ જ જરૂરી છે.
- સારો આહાર ચેતાઓ અને મગજના કોષો પર સારી અસર કરે છે.
- કોઈપણ જાતની મૅન્ટલ કે સાઈકૉલૉજિકલ તકલીફ વધે ત્યારે શરીરને કાયમી કે ટૂંકાગાળાનું નુકસાન કરે છે. જેમ કે ઍસિડીટી, અલ્સર, બી.પી, કૉલેસ્ટરોલ, ડાયાબિટીસ વગેરે...
- માનસિક તાણ જ્યારે વધે ત્યારે શરીરની પોષણની સ્થિતિ બગડે છે, પોષણની ખામીને લીધે વળી પાછી માસિક તાણ વધે છે. આમ એક પ્રકારનું વિષચક્ર બને છે.

## આજનો Scenario

- જે પદાર્થો માનસિક તાણ વધારે છે તે આજના સમયમાં બધા જ લોકો વધુ લેતા થયા છે. જેમ કે ટ્રાન્સફેટ, ખાંડ, પ્રોસેસ્ડ તત્ત્વો, આલ્કોહોલ અને નિકોટીન. ગુટખા, પાન વગેરે પણ ખરા.
- જે પદાર્થો માનસિક તાણ શાંત કરે તે આપણે લેતા નથી. જેમ કે : ફળ, દૂધ, શાક, નટ્સ, સ્પ્રાઉટ્સ વગેરે.
- રોજના આહારમાં ખાંડ, કોકો અને કૉફી, કેમિકલ એડીટીવ્સ, ફ્લેવર્સ, કલર જેવા નુકસાનકારક તત્ત્વો વધી ગયાં છે. જેના કારણે કેફીન એડિક્શન, ફુડ ક્રેવિંગ, શરીરમાં વધુ પડતી ખાંડ અને તેને લીધે મહત્ત્વના વિટામિન્સનું નુકસાન જેવી આડઅસરો થાય છે.

તો હવે જોઈએ, **માનવ મગજ અને ન્યુટ્રિશનનું કનેક્શન :**

આપણા મગજને કામ કરવા માટે એનર્જી (કૅલરી) અને બધા જ પોષક ઘટકોની જરૂર પડે છે. પોષકઘટકો જરૂર કરતાં વધારે પ્રમાણમાં લેવાય અથવા જરૂર કરતાં ઘણાં ઓછા લેવાય એટલે મગજની કૅમિસ્ટ્રી અને ચેતાઓના કામમાં તકલીફ પડે છે.

- સહુથી પહેલી અસર Neurotransmitters ઉપર પડે છે. આ ન્યુરોટ્રાન્સમીટર્સ ચેતાઓ મારફતે ભાવના, લાગણી અને વિચારોની પ્રક્રિયા (Thought Process)નું વહન કરે છે. આપણા મગજને રોજની ઘણી કેલરી જોઈએ છે. જો આપણો ખોરાક આપણી રોજની જરૂરિયાતને પહોંચી વળે તેટલો પોષક ન હોય તો વિચારો, મગજની પ્રક્રિયાઓને પણ અસર થાય કે નહીં ?
- અપૂરતા પોષણથી મગજની activities પર અસર થાય છે. જે મૂડ સ્વિંગ્સ, સુસ્તી, આળસ, નીરસતા, રિસ્પોન્સીવનેસની તકલીફ જેવા સ્વરૂપે દેખાય છે.
- આ બધાની સાથે સાથે હોર્મોન્સના લેવલ, ઑક્સિજન અને પોષકતત્ત્વોનું વહન, રોગપ્રતિકારતા, પાચન બધું જ ખોટકાય છે. જેના લીધે સ્ટ્રેસ, એંગ્ઝાઇટી, મૂડ ડીસઑર્ડર વધે છે.

- ઉચ્ચ કક્ષાના પ્રોટીનવાળા ખોરાકમાંથી ઘણા અગત્યના ઍમિનો ઍસિડ બને છે. આ ઍમિનો ઍસિડ જુદા જુદા ન્યુરોટ્રાન્સમીટર્સ બનાવે છે અથવા તેના કામમાં કોઈક તબક્કે મદદ કરે છે. આ ન્યુરોટ્રાન્સમીટરની અસરો જોઈએ તો :

**સેરોટોનીન :** શાંતિ, હળવાશ, લાગણી પર કાબૂ, સહનશક્તિ, વિશ્વાસ કેળવે છે.

**ડોપામાઈન અને નોરએપીનેફ્રાઈન :** એલર્ટ રાખે છે, ધ્યાન કેન્દ્રીત કરવામાં મદદ કરે છે, શક્તિનો સંચાર કરે છે.

**એન્ડોરફીન :** શારીરિક દુઃખાવામાં રાહત આપે છે. આનંદ તથા પ્રેમની લાગણી આપે છે.

**ગામા ઍમિનો બ્યુટ્રીક ઍસિડ :** ઊંઘ લાવવામાં મદદ કરે છે.

## માનસિક તાણ ઘટાડતા પોષક તત્ત્વો અને ખાદ્યપદાર્થો

**ઍમિનો ઍસિડ :** પ્રોટીનના પાયાના ઘટકો એવા નવ એમિનો ઍસિડ પૈકી ત્રણ ઍમિનો ઍસિડ મૅન્ટલ સ્ટ્રેસ ઘટાડી શકે છે. આ ત્રણ અગત્યના ઍમિનો ઍસિડ મેળવવા દૂધ, સોયાબીન, મગફળી, ઉગાડેલા મગ, અનાજ, કેળા, ઈંડા અને માંસ લેવા પડશે. આ બધા પદાર્થો ન લઈ શકાય તો માનસિક તાણ વધી જશે. બધા નહીં લો અને કોઈ બે કે ત્રણ પદાર્થ પણ રોજ લેશો તો જરૂર હળવાશ અનુભવાશે.

**પાણી :** પાણી વગર શરીર ન ચાલે તો મગજ કેવી રીતે ચાલે ? મૂડ સુધારવા, થાક દૂર કરવા, તાજગી જાળવી રાખવા પાણી પીઓ, પાણી ઓછું પીવાથી માનસિક થાક લાગશે. પાણી પીવાથી મોટર ફંક્શન (કારક ચેષ્ટાઓ) સુધરશે અને ડિપ્રેશન ઘટશે.

**કેલ્શિયમ અને આર્યન :** માનસિક તાણ, બેચેની ઘટાડવામાં કેલ્શિયમનો ફાળો પણ હોય છે. તે કુદરતી ઊંઘ લાવવામાં મદદ કરે છે. જ્યારે આયર્ન ટૅન્શન અને સ્ટ્રેસ ઘટાડવા માટે જરૂરી એવા ન્યૂરોટ્રાન્સમીટરના સંશ્લેષણમાં મદદ કરે છે. વળી, આયર્નની અછત થાય એટલે અશક્તિ, થાક, માનસિક તાણ પણ થવાના જ.

**ઓટમીલ :** ઓટ અથવા ઓટમીલ પચવામાં થોડો લાંબો સમય લે છે. જેથી હળવાશ આપનાર સેરોટોનીન વધારે પ્રમાણમાં બને છે. વળી તે લો-ગ્લાઈસેમીક હોવાથી ધીમે ધીમે શક્તિ છૂટી પડે છે જેનાથી મગજને લાંબો ટાઈમ, સતત ગ્લુકોઝ મળતો રહે છે. જેના લીધે હળવાશ લાગે છે. સ્ટ્રેસ ઘટે છે. તો નાસ્તામાં ઓટ્સ દૂધ સાથે ખાઓ અને સ્ટ્રેસ ફ્રી રહો !

**લીંબુ, નારંગી અને ખાટા ફળ :** નારંગી અને નારંગીનો રસ મૅન્ટલ સ્ટ્રેસ હળવો કરે છે. જર્મનીના સાઈકૉલૉજી રિસર્ચમાં તેમ જણાવ્યું છે. તેમાં રહેલું વિટામિન સી માનસિક તાણ ઘટાડે છે.

**ગો ગ્રીન :** લીલી ભાજીઓનું ફોલિક ઍસિડ અને મેગ્નેશિયમ સ્ટ્રેસ ઘટાડે છે. સ્ટ્રેસથી ટાઈટ બનેલા મસલ્સને મેગ્નેશ્યિમ રાહત અને હળવાશ આપે છે.

**સી ફૂડ :** દરિયાની ભાજી , માછલી, લોબસ્ટર, ક્રેબ વગેરે દરિયાઈ જીવો ખાનારાઓને તેમાં રહેલું ઝીંક, ઓમેગા ફેટી ઍસિડ અને સેલેનિયમ સ્ટ્રેસ ફ્રી કરી દે છે. ઓછું સેલેનિયમ લેવાથી બેચેની, થાક, ઉદાસી અને મૂડ સ્વીંગ્સ રહે છે. જોકે શાકાહારી લોકો સપ્લીમૅન્ટ તરીકે સેલેનિયમ લઈને સ્ટ્રેસ ભગાડી શકે.

## શું તમે જાણો છો ?

- મૅન્ટલ સ્ટ્રેસના સમયે શરીરની પોષક ઘટકોની જરૂરિયાત ઘણી વધી જાય છે અને તેમનો વપરાશ પણ વધે છે.
- સામાન્ય રીતે ટૅન્શન કે સ્ટ્રેસમાં રાહત મેળવવા આપણે ચા, કૉફી કે આલ્કોહોલ તરફ વળીએ છીએ. પરંતુ આ બધાં પીણાં હેબીટ ફોર્મિંગ હોવાથી તેની જરૂરિયાત ચાલુ જ રહે છે છતાંય સ્ટ્રેસ ઘટાડી શકતા નથી. ટૂંકાગાળા માટે રાહત જ આપે છે.
- જંકફૂડ, ચૉકલેટ, મીઠાઈ, ચીઝ, સોડા જેવા પદાર્થો વધુ લેવાનું મન થાય છે પણ ખરેખર તો તે પણ એડિક્ટીવ જ છે કેમ કે તેમાં જે ખાંડ અને મીઠું તથા પ્રિઝર્વેટીવ ઉમેરેલા હોય છે તે કોઈ રીતે સ્ટ્રેસ ઘટાડતા નથી જ હા, તેમાં જે ઉત્તેજનાની ગુણવત્તા છે તે થોડો સમય હળવાશ આપી શકે, લાંબો સમય નહીં.

## એન્ટી સ્ટ્રેસ ડાયટ

| સમય | ખોરાક | પ્રમાણ |
|---|---|---|
| ૭:૦૦ | કેળું, અથવા કેરી | ૧ નંગ |
| ૮:૦૦ | ફુદીનાવાળી ચા | ૧ કપ |
| | બટાકાપૌંઆ/ઉપમા/ભાખરી | ૧ વાટકો / ૧ નંગ |
| ૧૦:૦૦ | દૂધ | ૧ ગ્લાસ |
| ૧ :૦૦ | ફણગાવેલા મગ અથવા મઠ | ૧/૨ વાટકી |
| | રોટલી | ૩ નંગ |
| | પરવળનું શાક | ૧ વાટકી |
| | કઢી | ૧ વાટકી |
| | ભાત | ૧/૨ વાટકી |
| ૩:૩૦ | લીંબુનો શરબત | ૧ ગ્લાસ |
| | રવાના ઢોકળા/મૂઠિયા/થેપલા | ૧ ડીશ/૧ નંગ |
| ૬:૩૦ | નારંગી | ૧ નંગ |
| ૮:૩૦ | ઢોંસા | ૨ થી ૩ |
| | સંભાર | ૨ વાટકી |
| | ચટણી | ૧ ચમચી |
| ૧૦:૦૦ | દૂધ | ૧ ગ્લાસ |

આમ જુઓ તો ઉપરના ડાયેટમાં નવું કાંઈ નથી. તો તે એન્ટી સ્ટ્રેસ કેવી રીતે કહેવાય ? જુઓ સમજીએ :

- સવારે ખાલી પેટે કેળું કે કેરી અથવા બીજું કોઈપણ ફળ લેવાથી ગ્લુકોઝ મળશે જેનાથી લૉ શુગર નહીં થાય. વળી, ખાલી પેટે ફળના વિટામિન તથા મિનરલ સારામાં સારા શોષાય છે.

- સવારે નાસ્તામાં ફાઈબર, આયર્ન તથા પ્રોટીન મળે તેવી વાનગીઓ લેવાથી દિવસની શરૂઆત સારી થશે.
- ફણગાવેલા મગના ઍમિનો ઍસિડ સ્ટ્રેસને ઘટાડે છે. વળી, કઢી, રોટલી, શાક અને ભાતમાંથી પ્રોટીન, વિટામિન-બી અને કૅલ્શિયમ મળે છે.
- લીંબુ અને નારંગીમાં વિટામિન સી ઘણું છે જેનાથી તાજગી રહે છે.
- આથેલા પદાર્થ(ઢોંસા)માં બી-કૉમ્પ્લેક્સ મળશે જે એન્ટી સ્ટ્રેસ વિટામિન છે.

સ્ટ્રેસના સમયે આપણા શરીરને એકદમ પૌષ્ટિક ખોરાક આપવો પડે છે, તો જ તે સ્ટ્રેસને પહોંચી વળવા માટે મદદ કરનારા ન્યુટ્રોન્સમીટર્સ બનાવશે.

* * *